BA MƯƠI NGÀY
THIỀN QUÁN

BA MƯƠI NGÀY THIỀN QUÁN
NGUYỄN DUY NHIÊN *Việt dịch*
NGUYỄN MINH TIẾN *hiệu đính*

Bản quyền tác phẩm Việt dịch thuộc về dịch giả và Nhà xuất bản Liên Phật Hội (United Buddhist Publisher - UBP).

Copyright © 2019 by United Buddhist Publisher
ISBN-13: 978-1-0904-8599-1
ISBN-10: 1-0904-8599-9

JOSEPH GOLDSTEIN

NGUYỄN DUY NHIÊN *Việt dịch*
NGUYỄN MINH TIẾN *hiệu đính*

BA MƯƠI NGÀY THIỀN QUÁN

NGUYÊN TÁC

THE EXPERIENCE OF INSIGHT:
A SIMPLE AND DIRECT GUIDE TO
BUDDHIST MEDITATION

NHÀ XUẤT BẢN LIÊN PHẬT HỘI

UNITED BUDDHIST PUBLISHER

LỜI GIỚI THIỆU

Quyển sách này không đặt nặng về lý thuyết mà chú trọng nhiều đến sự thực hành. Tác giả - *Joseph Goldstein* - là một thiền sư Hoa Kỳ. Ông đã sống nhiều năm ở Thái Lan và Ấn Độ để học thiền *Vipassana*, một pháp thiền quán thuộc truyền thống *Phật giáo Nguyên thủy*, dưới sự hướng dẫn của các vị thiền sư nổi tiếng đương thời như *Munindra, Goenka, Sayadaw*... Sau một thời gian, ông trở về Hoa Kỳ để mở một thiền viện và hướng dẫn những khóa tu thiền nhiều ngày tại *Barre, Massachusetts*. Hiện nay, thiền viện này có số thiền sinh đến tham dự mỗi năm rất đông, trong đó có cả những bậc xuất gia.

Joseph Goldstein là một vị thầy rất đặc biệt. Ông có lối dạy giản dị và trực tiếp, đi thẳng vào vấn đề. Lời ông nói rất rõ ràng và dễ hiểu, vì nó được xuất phát từ kinh nghiệm thực hành. Trong sách này, ta có thể cảm nhận được rằng những lời ông dạy đều được bắt nguồn từ sự chứng nghiệm của chính ông qua công phu thực tập thiền quán nhiều năm.

Joseph Goldstein dạy thiền *Vipassana* như là một phương pháp giúp ta nhìn thấy được chân tướng của sự vật, không bị thành kiến, óc phân biệt làm lu mờ. Những bài pháp của ông gồm những phương thức thực hành thực tiễn, dạy cho ta cách sống không dính mắc, với một tâm từ bao la. Những bài giảng của ông bao giờ cũng pha lẫn đôi chút khôi hài, và điều đó giúp cho người nghe cảm thấy thoải mái hơn, nhất là khi phải tu tập tích cực liên tục trong nhiều ngày.

Đây là một quyển sách thực hành, một kim chỉ nam cho những ai muốn học về thiền quán *Vipassana*. Sách này ghi lại những bài giảng, lời chỉ dẫn của ông *Goldstein* dành cho một khóa tu ba mươi ngày. Trong đó có cả phần trả lời những thắc mắc, khó khăn do các thiền sinh nêu lên sau mỗi ngày thực tập. Cả khóa tu thiền ba mươi ngày được diễn ra trong sự im lặng tuyệt đối, chỉ trừ phần vấn đáp. Chương trình mỗi ngày gồm có ngồi thiền và đi kinh hành xen kẽ nhau, bắt đầu từ lúc 5 giờ sáng cho đến khuya. Thường thì mỗi khóa như vậy có khoảng từ 50 đến 200 thiền sinh cùng thực tập với nhau.

Thiền quán là một phương pháp để thấy được tâm mình. Nhưng sự hiểu biết ấy không thể có được bằng lý luận, kiến thức, mà phải bằng sự thực hành. Những lời dạy của ông *Joseph Goldstein* rất thực tế và có ích lợi, không chỉ riêng trong lúc ngồi thiền mà còn là cả trong cuộc sống ngoài đời. Đây là một quyển sách thực hành rất giá trị, có thể làm người bạn đồng hành hướng dẫn, nhắc nhở ta trên suốt con đường tu học.

Nguyễn Duy Nhiên

Buổi tối thứ nhất

Lời dạy mở đầu

Mở đầu cho mỗi kỳ tu học là truyền thống quy y *Tam bảo* cho mỗi thiền sinh. *Quy y* có nghĩa là trở về nương tựa. *Tam bảo* là *Phật, Pháp* và *Tăng.*

Quy y Phật là nhìn nhận rằng trong mỗi chúng ta ai cũng có hạt giống giải thoát, tỉnh thức. Nó cũng có nghĩa là trở về nương tựa nơi những đức tính cao thượng của đức Phật như *vô úy, trí tuệ, từ bi.*

Quy y Pháp là trở về nương tựa *Pháp,* có nghĩa là sống trong giáo pháp của đức Phật, chân lý của mọi sự vật; tức là nhìn nhận sự trở về với sự thật, để giáo pháp của đức Phật được biểu hiện nơi tâm mình.

Quy y Tăng là trở về nương tựa *Tăng,* có nghĩa là dựa vào sự nuôi dưỡng về tinh thần lẫn vật chất của những người có cùng một chí hướng, cùng giúp đỡ, hướng dẫn nhau trên con đường tỉnh thức và giải thoát.

Nền tảng tối cần thiết cho việc tu tập thiền quán là giữ theo *giới luật. Giới luật* là phương thức để duy trì sự trong sạch căn bản cho thân thể, lời nói và ý nghĩ. *Năm giới* mà hành giả phải cố gắng giữ theo là: *không sát hại,* có nghĩa là không được giết hại bất cứ một sinh mạng nào, ngay cả con muỗi hay con kiến; *không trộm cắp,* có nghĩa là không được lấy những gì không phải là của mình; *không tà dâm,* trong khóa tu này thì nó có nghĩa là giữ cho mình được trong sạch;

không nói dối, cũng không nói những lời mà mình không biết chắc, không nói những lời ác độc, gây chia rẽ; *không uống rượu*, cũng không sử dụng các chất ma túy. *Năm giới* này giúp ta có được một nền móng vững chắc để phát triển *định lực*, và từ đó sẽ phát sinh *trí tuệ*.

Chúng ta có cơ hội ngồi chung với nhau hôm nay để quán chiếu chính mình trong khung cảnh yên lặng và tĩnh mịch này là một điều vô cùng quý báu. Thật hiếm có dịp để ta dành trọn một tháng cho việc thực hành thiền, để ta tìm lại con người của mình, tìm hiểu xem mình là ai.

Để giúp cho sự tu tập được quân bình và nghiêm trang, hành giả nên rèn luyện một số những đức tính sau đây.

Trước hết là *đức kiên nhẫn*. Đôi khi ta cảm thấy ngày tháng dường như dài bất tận, và hành giả sẽ tự hỏi mình, nhất là vào những lúc bốn giờ rưỡi sáng trong ngày trời lạnh: *"Ta làm gì ở đây?"* Trên con đường tu tập thiền quán có rất nhiều thăng trầm. Có những khi hành giả cảm thấy nhẹ nhàng, an lạc, tươi mát và sáng suốt. Nhưng cũng có những lúc hành giả chỉ cảm thấy sự nhàm chán, đau đớn, bất an và nghi ngờ. Đức kiên nhẫn sẽ giúp hành giả giữ cho tâm mình được quân bình khi trải qua những tâm trạng tiêu cực này. Có người hỏi Hòa thượng *Trungpa* rằng: *"Trong đạo Phật, ân sủng nằm ở đâu?"* Hòa thượng trả lời: *"Ân sủng chính là đức kiên nhẫn."* Nếu chúng ta có một tâm kiên nhẫn, chân như của mọi vật sẽ tuần tự phơi bày trong ta một cách tự nhiên và có tầng lớp. Kiên nhẫn có nghĩa là giữ cho tâm quân bình dù có bất cứ chuyện gì xảy ra, giữ cho tâm luôn thoải mái, nhẹ nhàng và có ý thức.

Một vị thầy *Du-già* Tây Tạng nổi tiếng là *Milarepa* khuyên các đệ tử của ngài phải *"vội vã một cách chậm chạp"*. *Vội vã* ở đây có nghĩa là cố gắng một cách liên tục, không suy chuyển. Nhưng phải biết cố gắng với một tâm thức trầm tĩnh và cân bằng. Hãy kiên trì và cố gắng, nhưng bao giờ cũng phải giữ cho mình được thoải mái và thăng bằng.

Một yếu tố khác có thể giúp cho sự thiền quán của hành giả được thâm sâu là *giữ yên lặng*. Chúng ta thường mất đi khả năng quán sát những gì đang xảy ra trong tâm mình chỉ vì hay nói chuyện. Nói chuyện làm xao lãng sự chú ý và tiêu hao năng lực. Những năng lực mà ta bảo tồn được bằng cách giữ im lặng, có thể được dùng để khai triển sự tỉnh thức và chánh niệm của mình. Cũng giống như phương pháp hành thiền, *sự yên lặng* phải được thực hành một cách tự nhiên và thoải mái. Nhưng đó không có nghĩa là ta muốn nói chuyện lúc nào cũng được, mà là phải biết sống một ngày ý thức trong yên lặng. Nếu ta giữ được sự yên lặng, mọi hoạt động, thay đổi về tâm lý, vật lý trong ta sẽ trở nên vô cùng rõ rệt. Sự yên lặng trong ngôn ngữ sẽ dẫn đến sự tĩnh lặng trong tâm hồn.

Mọi sự giao thiệp, đụng chạm giữa bạn bè hay vợ chồng đều nên giới hạn. Ta hãy tạo cho mình một ý niệm cô độc. Muốn được như thế, ta hãy tạm bỏ qua một bên những dự tưởng về chính mình, về sự liên hệ với chung quanh, về những người khác. Ta hãy dùng thời gian này để kinh nghiệm chính mình cho thật sâu sắc.

Mỗi người chúng ta, ai rồi cũng sẽ từ giã cuộc đời này một mình. Cho nên ta hãy tập đối diện với sự cô đơn căn bản ấy ngay từ bây giờ, hãy làm bạn với nó. Với sự hiểu biết ấy, tâm ta sẽ trở nên vững chãi và an lạc. Khả năng này có thể giúp cho ta sống hòa đồng, an vui với những người chung quanh ta. Một khi ta có thể tự hiểu được mình, sự liên hệ với thế giới bên ngoài sẽ trở nên dễ dàng hơn và đầy ý nghĩa.

Nhưng để cho khóa thiền này được lợi ích, bạn không nên pha trộn nhiều phương pháp thiền khác vào đây. Trong các bạn chắc hẳn có nhiều người đã thực hành phương pháp của các trường phái khác nhau, nhưng trong khóa thiền này tôi xin bạn hãy tập trung tâm ý vào sự tu tập *Vipassana*, hay thiền *Minh sát tuệ*. Chính nhờ sự luyện tập chánh niệm mà trí tuệ phát sinh. Trong vòng một tháng này, bạn hãy tập trung mọi cố gắng vào việc thực tập chánh niệm trong mỗi giây phút. Được như vậy thì sự tu tập của bạn mới không trở thành nông cạn. Nếu mọi cố gắng của bạn đều nhằm về một hướng, tâm của bạn sẽ trở nên vô cùng mãnh liệt và thẩm thấu.

Hãy từ tốn và chậm chạp. Điều này có một giá trị rất lớn lao. Không có gì đáng để vội vã cả, không có một nơi nào để đến, cũng chẳng có một việc gì khác để làm, chỉ cần thong thả sống trong giờ phút hiện tại. Trong phạm vi hoạt động hằng ngày, ta hãy giữ cho mình có một tâm ý thật tỉnh thức, cẩn thận chú ý đến mọi cử động của mình. Duy trì tâm ý tỉnh thức liên tục trong một thời gian sẽ giúp cho công phu thiền quán của ta ngày càng thâm sâu hơn.

Chúng ta sẽ bắt đầu phương pháp ngồi thiền bằng cách đặt sự chú ý vào một đối tượng thiền quán giản dị: *hơi thở*. Hãy chọn một thế ngồi thật thoải mái, dễ chịu, giữ thẳng lưng, nhưng không nên cố gắng quá. Nếu tư thế ngồi gò bó hay không ngay thẳng, ta sẽ dễ dàng trở nên khó chịu. Nếu muốn, bạn cũng có thể ngồi trên một chiếc ghế. Điều quan trọng là đừng cử động nhiều quá. Mắt nên nhắm, trừ khi bạn đã tập ngồi thiền với mắt hơi mở và bạn muốn chọn cách ấy. Nhưng khi mở mắt thì phải biết đặt ánh mắt vào một điểm cố định rồi quên nó đi. Theo tôi thì nhắm mắt lại một cách thoải mái là dễ hơn. Nhưng điều đó có thể tùy ý bạn.

Quán niệm hơi thở có thể được thực hành bằng hai phương pháp. Khi ta *thở vào*, bụng sẽ phồng lên. Khi *thở ra*, bụng xẹp xuống. Cách thứ nhất là hướng sự chú ý vào chuyển động lên xuống này. Không tưởng tượng, hình dung ra một cái gì hết, chỉ nhận biết thật rõ ràng cảm giác về sự chuyển động lên xuống. Đừng cố gắng kiểm soát hơi thở bằng bất cứ cách nào, chỉ đơn giản chú ý vào sự lên xuống của bụng.

Cách thứ hai là chú ý đến hơi thở ra vào nơi mũi, hướng sự chú ý vào nơi đầu mũi hay môi trên. Phải tập trung chú ý vào hơi thở như một người gác cổng, luôn biết đến sự ra vào của mọi người. Đừng theo dõi hay cố dẫn hơi thở đi vào, đi ra, cũng đừng kiểm soát hay ép buộc hơi thở. Chỉ đơn giản chú ý đến *sự ra vào của hơi thở* khi nó đi ngang qua mũi. Trong giai đoạn đầu bạn nên niệm thầm trong tâm những từ *"phồng, xẹp"* hay *"ra, vào"*. Bằng cách này, tâm ý của bạn sẽ được gắn với đối tượng thiền quán.

Trong vài phút thực tập đầu tiên, bạn hãy thử coi đối tượng nào rõ ràng nhất đối với bạn: *sự lên xuống của bụng* hay *sự ra vào của hơi thở*. Rồi bạn hãy chọn lấy một đối tượng và quyết định duy trì nó mãi, đừng thay đổi. Có những lúc đối tượng của bạn sẽ trở nên mơ hồ khó phân biệt, bạn cũng đừng thay đổi vì hy vọng rằng đối tượng kia sẽ dễ dàng hơn. Một khi đã quyết định chọn đối tượng để thực hành thiền quán rồi, bạn hãy duy trì đến cùng. Có những lúc nó sẽ rõ ràng, có những lúc mơ hồ, có những lúc sâu sắc, có những lúc nông cạn, có những lúc dài, có những lúc ngắn... Nhưng bạn nên nhớ, đây không phải là một phương pháp tập thở mà là bài thực tập chánh niệm đầu tiên.

Phương pháp *thiền hành*, hay *kinh hành*, được thực hiện bằng cách chú ý đến các động tác của bàn chân trong mỗi bước đi: dở lên, bước tới và đặt xuống. Bạn nên hoàn tất việc theo dõi mỗi một bước chân trước khi bắt đầu bước tiếp theo. *Dở lên, bước tới, đặt xuống, dở lên, bước tới, đặt xuống...* Thật giản dị! Nhưng đây cũng không phải là một bài tập thể dục mà là một bài thực tập chánh niệm. Hãy sử dụng những động tác để phát triển một tâm ý tỉnh thức. Trong một ngày, bạn nên nhớ rằng sẽ có những thay đổi. Đôi khi bạn cảm thấy muốn bước nhanh hơn, lại có lúc bạn thích đi thật chậm. Bạn có thể niệm mỗi bước chân theo từng đơn vị một như *"bước, bước..."* Bạn cũng có thể bắt đầu đi thiền hành hơi nhanh, nhưng dần dần chậm lại, cho đến khi bạn có thể chia từng bước chân ra thành ba động tác: *dở lên, bước tới, đặt xuống.* Hãy trải nghiệm thực tế. Điều quan trọng nhất là có chánh niệm: ý thức rõ ràng những gì đang xảy ra.

Khi đi *kinh hành*, hai tay nên giữ yên ở phía trước, sau lưng hoặc hai bên thân mình. Mắt nhìn về phía trước một chút, không nên nhìn xuống dưới chân, điều này tránh cho bạn khỏi bị lôi cuốn vào ý niệm *"bước chân"* khi đi. Phải tập trung chú ý vào sự cảm nhận kinh nghiệm của từng cử động, nhận thức được cảm giác trong mỗi động tác *dở lên, bước tới, đặt xuống...*

Dưới đây là chương trình thực hành cụ thể trong mỗi ngày:

04:30 - 05:00	→	thức dậy
05:00 - 06:30	→	kinh hành, ngồi thiền
06:30 - 07:30	→	ăn sáng
07:30 - 08:00	→	kinh hành
08:00 - 09:00	→	ngồi thiền chung
09:00 - 09:45	→	kinh hành
09:45 - 10:45	→	ngồi thiền chung
10:45 - 11:30	→	kinh hành
11:30 - 01:15	→	ăn trưa và nghỉ ngơi
01:15 - 02:00	→	ngồi thiền chung
02:00 - 02:45	→	kinh hành

02:45 - 03:45	→	ngồi thiền chung
03:45 - 05:00	→	kinh hành, ngồi thiền
05:00 - 05:30	→	uống trà
05:30 - 06:00	→	kinh hành
06:00 - 07:00	→	ngồi thiền chung
07:00 - 08:00	→	pháp thoại
08:00 - 08:45	→	kinh hành
08:45 - 09:45	→	ngồi thiền chung
09:45 - 10:00	→	uống trà
10:00 - 04:30	→	ngủ

Trong tuần đầu tiên, tốt nhất là bạn hãy cố gắng theo sát chương trình này. Dần dần, khi bạn đã quen với công phu tu tập liên tục, bạn sẽ khám phá ra một nhịp độ thích hợp với mình. Hãy duy trì những thời gian kinh hành và ngồi thiền cho liên tục. Ăn trưa, uống trà và mọi công việc khác đều phải được làm trong chánh niệm, trong sự tỉnh thức. Sau một thời gian bạn có thể thích đi kinh hành lâu hơn, một tiếng hay một tiếng rưỡi, rồi mới bắt đầu ngồi. Có người lại thích ngồi lâu hơn, có khi hai, ba tiếng; lại có người thích công phu vào những giờ khuya. Trong thời gian tu tập ở Ấn Độ, tôi thường công phu vào những giờ thật khuya khoắt: từ nửa đêm cho đến ba giờ sáng. Tôi cảm thấy lúc ấy rất im lặng và thanh tịnh, thích hợp cho việc tu tập. Khi sức thiền định mạnh ta sẽ thấy ít cần đến giấc ngủ. Chỉ đi ngủ khi nào bạn cảm thấy mệt, chứ đừng vì thói quen đúng giờ. Có thể đến một lúc, khi sức tu tập tiến triển đúng mức, bạn sẽ không còn cảm thấy mệt mỏi và có khả năng công phu liên tục ngày đêm. Hãy cảm nhận những gì phù hợp với khả năng bạn, cố gắng tu tập nhưng đừng bao giờ gượng ép hay bó buộc quá.

Thánh *Francis de Sales* có viết: "Hãy kiên nhẫn với tất cả mọi người, nhưng trước hết là với chính mình. Tôi muốn nói là bạn đừng thối chí, nản lòng về sự bất toàn của mình. Lúc nào cũng phải đứng dậy với lòng can đảm mới. Tôi rất mừng là bạn bắt đầu mỗi một ngày mới tinh. Bởi vì không có phương cách nào giúp cho bạn đạt đạo tốt hơn là biết khởi sự lại từ đầu, và không bao giờ tự cho rằng mình đã làm quá đủ. Làm sao bạn có thể tha thứ lỗi của người láng giềng, nếu bạn không tha thứ lỗi cho chính mình? Người nào cứ mãi bứt rứt về lỗi lầm của mình sẽ không bao giờ sửa lỗi được. Tất cả những sự sửa sai có ích đều xuất phát từ một tâm hồn bình thản, an lạc."

Buổi tối thứ hai

Bát chánh đạo

Chúng ta vừa mới bước chân vào một cuộc hành trình: cuộc hành trình đi vào thế giới của tâm ta, một cuộc hành trình với mục đích khám phá, tìm hiểu con người thật của chính mình. Bao giờ cũng vậy: *vạn sự khởi đầu nan*. Những ngày tu tập đầu tiên sẽ đầy dẫy những cảm giác bồn chồn, buồn ngủ, chán nản, lười biếng hay nghi ngờ, và đôi khi còn hối hận đã lỡ dại tham dự khóa tu nữa. Vào lúc sắp hoàn tất một tác phẩm triết học của mình, *Baruch Spinoza* có viết: "*Mọi công trình cao quí đều hiếm hoi và khó nhọc.*" Con đường tìm đạo mà chúng ta đang bước chân vào cũng rất hiếm hoi và không dễ vượt qua. Bởi thế, chúng ta phải biết từ tốn.

Câu chuyện trong sách *Mount Analogue* là một tỷ dụ thật đẹp cho cuộc hành trình chúng ta đang đi. Chuyện kể về một nhóm người cùng nhau đi tìm một ngọn núi đặc biệt. Chân núi nằm trên mặt đất, còn đỉnh núi tượng trưng cho mục tiêu giải thoát cuối cùng. Lúc khởi đầu, những người thám hiểm phải đối phó với một chướng ngại lớn lao: họ không thể nào nhìn thấy được chân núi trong những điều kiện bình thường. Họ phải vất vả, khó nhọc lắm mới có thể xác định phương hướng. Sau nhiều ngày đêm khổ cực tìm kiếm, cuối cùng họ tìm đến được chân núi. Phần còn lại của quyển sách mô tả sự chuẩn bị và những khó khăn, tranh đấu, hồi hộp trong suốt hành trình đi lên đỉnh núi.

Chúng ta cũng đang cùng chung một hành trình với họ: cố gắng leo lên ngọn núi trí tuệ. Chúng ta đã biết được một bí mật về sự tàng ẩn của nó: Giáo pháp, chân lý không thể tìm thấy ở bên ngoài. Nó hiện hữu ngay trong ta, chúng ta cần bắt đầu ngay từ giờ phút này.

Con đường giải thoát đã được ghi lại bởi những người đi trước. Một phần ghi chép rõ ràng nhất có thể tìm thấy trong kinh điển của đức Phật là *Bát chánh đạo*. *Bát chánh đạo* có nghĩa là con đường với tám sự chân chánh dẫn đến giải thoát. Đây là một bản đồ có thể hướng dẫn ta đến mục tiêu giác ngộ.

Sự chân chánh thứ nhất là *chánh kiến*. Chánh kiến có nghĩa là nhìn thấy, hiểu biết được chân tướng của sự vật, đúng thật như chúng đang hiện hữu. Thật ra, tuy được đề cập như điều kiện trước hết nhưng đây cũng là điều kiện phải duy trì đến cuối con đường. Bởi vì ta phải có một sự hiểu biết tối thiểu nào đó mới có thể bước chân vào hành trình này. Và sự hiểu biết ấy sẽ dần dần trở thành trí tuệ, có khả năng đi sâu vào và nhận diện được chân tướng của tâm. Trong giai đoạn đầu, chánh kiến có nghĩa là thấy được những quy luật tự nhiên đang chi phối đời sống. Một trong những quy luật quan trọng nhất là luật *nhân quả* (*karma*): Mỗi hành động đều sẽ dẫn đến một kết quả. Không có bất cứ sự việc gì mà tự nhiên hay vô tình xảy đến cho ta. Mỗi khi chúng ta hành động vì tham, sân, si, khổ đau sẽ theo đến. Còn khi chúng ta hành động với lòng từ bi hay trí tuệ, kết quả sẽ là hạnh phúc và an lạc. Nếu chúng ta khôn khéo biết vận dụng luật *nhân quả* vào cuộc sống hàng ngày của mình, ta có thể bắt đầu đào luyện một tâm ý hoàn toàn tỉnh thức.

Đức Phật thường nhắc nhở các đệ tử của ngài về đức tính rộng lượng. *Bố thí* là hành động biểu lộ một tâm ý không tham lam. Cuộc hành trình của ta gồm có sự buông xả, không bám víu và không quyến luyến ngay cả sự xả bỏ ấy.

Chánh kiến cũng còn là biết chấp nhận mối liên hệ của ta với cha mẹ, một dạng nghiệp báo đặc biệt. Ta phải biết nhận lãnh trách nhiệm cũng như bổn phận đối với song thân. Cha mẹ đã bỏ công khổ cực để nuôi dưỡng ta từ khi chúng ta còn nhỏ bé. Nhờ ơn cha mẹ mà giờ này ta có cơ hội để ngồi đây tu tập giáo lý của đức Phật. Đức Phật dạy rằng, không có cách nào để ta có thể trả hết ơn này. Cho dù ta có cõng cha mẹ trên hai vai trong suốt cuộc đời mình cũng vẫn chưa đủ! Chỉ có một cách để trả ơn cha mẹ là giúp cho cha mẹ hiểu biết được giáo lý của đức Phật và sống theo *chánh kiến*. Nói chung, khi chúng ta trải qua thời gian để khôn lớn và trưởng thành, trở nên độc lập với cha mẹ về phương diện tinh thần, điều đó tất nhiên là cũng có ý nghĩa nhất định. Nhưng trong khoảng không gian tự do đó, ta phải luôn hiểu được trách nhiệm của mình đối với cha mẹ.

Chánh kiến cũng có nghĩa là thấy và hiểu được tánh chân thật, cái chân như của mình. Khi sự tu tập thiền quán tiến bộ, ta sẽ càng lúc càng nhận rõ được tính cách vô thường của mọi vật. Mọi yếu tố của tâm và thân chỉ tồn tại trong chốc lát rồi tan biến, sinh ra rồi diệt đi một cách liên tục. Hơi thở vào rồi ra, tư tưởng đến rồi đi, cảm giác có rồi không... Mọi hiện tượng đều luôn biến đổi, chuyển dịch. Trong cuộc vô thường không có gì là vĩnh viễn cả. Một khi ta thật sự hiểu được bản chất vô ngã của mọi vật, những quan niệm của ta về sự sống và thế giới chung quanh sẽ thay đổi một cách không ngờ. Tâm ta sẽ thôi nắm bắt và đeo đuổi, khi ta hiểu được mọi hiện tượng đều có tánh cách nhất thời, chốc lát, thay đổi trong mỗi giây phút. Và nhất là khi ta có thể kinh nghiệm được những diễn biến của thân và tâm khi chúng không còn bị chi phối bởi cái *ngã*. Với một sự tu tập thiền quán chuyên cần và sâu sắc, chánh kiến sẽ khai mở và phát triển.

Sự chân chánh thứ hai trong *Bát chánh đạo* là *Chánh tư duy*. *Chánh tư duy* có nghĩa là suy nghĩ đúng với sự thật, có nghĩa là tư tưởng không bị chi phối bởi những tham muốn của cảm giác, lòng xấu ác và tánh bất nhẫn. Khi tâm ta còn bị dính mắc vào cảm giác, ta sẽ luôn đuổi theo những đối tượng bên ngoài, đi tìm một hạnh phúc phù du, vì bản tính của mọi vật là vô thường, thay đổi. Những thú vui đều chỉ tạm bợ, nhưng lòng ham muốn thì cứ tăng trưởng. Cái vòng luẩn quẩn này của dục vọng khiến cho tâm ta lúc nào cũng náo động và rối loạn. Nhưng giải thoát tâm ta khỏi những dục vọng không có nghĩa là đàn áp hay chối bỏ chúng. Một khi ta đàn áp một sự ham muốn nào, nó sẽ chỉ biến đổi thành một tâm tánh khác; nhưng nếu ta chấp nhận và tìm cách thỏa mãn nó, thì kết quả cũng chẳng khá gì hơn. *Chánh tư duy* có nghĩa là ý thức được những ham muốn của các giác quan và rồi buông bỏ chúng. Buông bỏ được bao nhiêu, tâm chúng ta sẽ được nhẹ nhàng bấy nhiêu. Dần dần tâm ta sẽ bớt đi những xáo trộn, rối loạn, ta sẽ có khả năng giải thoát mình ra khỏi ngục tù của hoàn cảnh, những trói buộc của dục vọng.

Tư tưởng không bị chi phối bởi những tâm xấu ác có nghĩa là ta không bị cai quản bởi sự giận dữ. Giận dữ là thứ lửa cháy trong tâm, có khả năng thiêu đốt ta và những người chung quanh nếu ta không cẩn thận. Ta có khả năng đối trị tâm nóng giận, nếu ta có thể ý thức được nó để rồi buông bỏ. Khi ấy tâm ta sẽ trở nên nhẹ nhàng và thoải mái, bản chất yêu thương của tâm sẽ tự nhiên hiển lộ.

Tư tưởng không bị chi phối bởi tánh bất nhẫn có nghĩa là ta có tâm từ, có lòng thương xót những ai đang bị đau khổ và muốn cứu giúp họ. Trong sự tu tập thiền quán, ta nên có tâm từ đối với tất cả mọi sự sống chung quanh.

Sự chân chánh tiếp theo trong *Bát chánh đạo* là *Chánh ngữ*. *Chánh ngữ* dạy ta cách tiếp xúc, liên hệ đến hoàn cảnh và những người quanh ta. *Chánh ngữ* là phương thức giúp ta sống hòa hợp với thế giới chung quanh, thiết lập mối liên hệ hòa ái giữa ta và người khác. *Chánh ngữ* là không nói những gì sai với sự thật, không nói những lời gây chia rẽ và thù hận; chỉ nói những lời chân thật và có giá trị xây dựng sự hiểu biết, hòa giải.

Sau khi đức Phật thành đạo và trở về gặp lại gia đình, nhiều người thân thuộc, bạn bè cảm phục sự từ bi và tỉnh thức của đức Phật đã xin quy y theo ngài. Trong số đó có *Rahula (La-hầu-la)*, con trai của đức Phật. Lúc ấy Phật có thuyết giảng một bài pháp tên là: *"Lời khuyên cho Rahula"*. Trong bài giảng này Phật dạy *Rahula* đừng vì bất cứ lý do nào mà nói ra những lời không chân thật, cho dù điều đó có đem lợi ích đến cho mình hay bất cứ ai khác. Sự trung thành với sự thật là một điều tối quan trọng. Nó giữ cho những liên hệ của ta với thế giới chung quanh được dễ dàng và ít phức tạp hơn. Thành thật trong lời nói sẽ dẫn đến sự thành thật với chính mình. Trong thân và tâm của ta, có biết bao nhiêu chuyện mà ta hằng trốn tránh: những đau đớn, bực dọc mà ta không bao giờ muốn nhắc đến. Nhưng như vậy là ta đã không thành thật với chính mình. Chân thật trong lời nói là căn bản cho sự chân thật trong tâm tưởng. Có thành thật với chính mình ta mới có thể cởi mở tâm mình ra. Và nhờ đó ta mới có thể nhận diện và đối trị với mọi trạng thái bệnh hoạn của tâm hồn.

Sự chân chánh thứ tư là *Chánh nghiệp*. *Chánh nghiệp* có nghĩa là chọn một lối sống chân chánh: không sát sinh, không làm cho người khác bị đau khổ; không trộm cắp, không lấy những gì không phải của mình; không tà dâm, cũng có nghĩa là không vì những lòng ham muốn, tham dục thể xác mà làm khổ người khác.

Thường chúng ta ít khi thấy được những hậu quả lâu dài gây ra bởi hành động của mình. Trong sách *Mount Analogue* có một câu chuyện nói về việc này.

Đối với những người leo núi, có một luật mà ai cũng phải

tuân theo là khi lên đến một độ cao nào đó, họ không được phép giết hại bất cứ một sinh vật nào. Họ phải mang theo thực phẩm đầy đủ. Một hôm có một người leo lên quá độ cao ước định đó, nhưng chẳng may anh ta bị kẹt trong một trận bão tuyết. Trong ba ngày liên tiếp, anh sống trong một căn lều tạm bợ, không thực phẩm. Gió tuyết lạnh làm đông cứng hết mọi vật chung quanh. Đến ngày thứ ba cơn bão đi qua. Trong một hang nhỏ dưới lớp tuyết, anh thấy có một con chuột già chui lên. Bụng đói vì ba ngày không ăn, anh nghĩ không có hại gì khi giết con chuột già này để đỡ đói. Anh ta tìm một cục đá và giết con chuột. Xong anh trở xuống núi, chẳng nghĩ gì đến con vật mình vừa sát hại. Cho đến một hôm anh bị đem ra xử trước toà, bởi những người có phận sự bảo trì ngọn núi và những con đường mòn chung quanh. Anh bị xử về tội sát hại con chuột, mà đến giờ này anh đã quên bẵng. Dường như hành động nhỏ nhặt của anh lúc đó giờ đã gây nên một tai họa. Con chuột già yếu mà anh giết ngày đó, vì không đủ sức đuổi bắt những con côn trùng khỏe mạnh, nên nó sống bằng cách tìm ăn những côn trùng bệnh hoạn. Khi nó bị giết đi, số côn trùng bệnh hoạn không còn được kiểm soát nữa. Bệnh hoạn lan tràn sang những côn trùng khỏe mạnh khác và dần dần cả loài bị tiêu diệt. Những côn trùng này từ lâu có trách nhiệm trong việc bón phân và truyền phấn hoa đến những nhụy cái cho các loài thực vật mọc trên sườn núi. Khi loài côn trùng chết đi, những thực vật mất đi chất nuôi dưỡng và phương tiện truyền chủng, nên chúng cũng tàn tạ theo. Từ bấy lâu nay, những thực vật mọc ở hai bên sườn núi giúp giữ cho đất đá được gắn kết với nhau. Giờ trơ trọi, sườn núi cũng bắt đầu bị thời tiết xói mòn. Cuối cùng, một trận đất lở đã giết chết một số người leo núi và ngăn trở con đường đi lên. Tất cả bắt đầu từ một hành động dường như nhỏ nhặt là giết một con chuột già yếu.

Bởi vì chúng ta thường không có khả năng nhìn thấy

những hậu quả lâu dài của hành động mình, chúng ta hãy có ý thức trong từng việc làm, đừng tiêu diệt sự sống trong thế giới chung quanh. Hãy gieo những hạt giống của an lạc, từ bi và hạnh phúc.

Sự chân chánh kế tiếp trong *Bát chánh đạo* là *Chánh mạng. Chánh mạng* có nghĩa là chọn một phương thức sinh sống không làm tổn hại đến người khác; những nghề nghiệp không liên quan đến sự sát hại, trộm cắp hay lường gạt kẻ khác. Thông thường thì những nghề như buôn bán hay chế tạo vũ khí, nấu rượu, săn bắn, đánh cá... đều làm tổn thương đến những sinh vật khác.

Đạo pháp không phải là ngồi yên một chỗ. Ngồi yên là một phương tiện hiệu quả để đạt đến trí tuệ, và sự hiểu biết đó phải được thể hiện bằng hành động trong đời sống của chúng ta. *Chánh mạng* là một trong những sự thể hiện đó. *"Hãy bước đi thiêng liêng như những người da đỏ. Hãy biến sự sống của mình thành một nghệ thuật."* Hãy thực hiện mọi việc với một thái độ cẩn trọng, với một ý niệm tỉnh thức.

Ba sự chân chánh kế tiếp có liên quan đến việc tu tập thiền quán. Quan trọng nhất trong ba sự chân chánh này là *Chánh tinh tấn.* Thiếu sự cố gắng ta sẽ chẳng làm được gì. Trong *Vi diệu pháp* (Abhidharma) có nói: *"Tinh tấn, cố gắng là gốc rễ của mọi thành công, là nền móng của sự thành đạo."* Nếu chúng ta muốn lên đến đỉnh núi mà chỉ biết ngồi mơ tưởng thôi, thì dù qua ngàn năm cũng chẳng có gì xảy ra. Bất cứ một hành trình nào cũng là một tập hợp của những sự cố gắng, dụng công: nhờ bước từng bước nhỏ mà ta lên đến đỉnh núi. *Ramana Maharshi,* một vị thánh của thời đại này ở Ấn Độ, viết: *"Chưa ai có thể thành công mà không phải cố gắng. Tâm an lạc không phải là một tánh tự nhiên ta có khi mới sinh. Những ai thành công đều nhờ ở đức tính nhẫn nại của mình."*

Nhưng tinh tấn, cố gắng phải trong một mức độ quân bình. Bởi sự nóng nảy hay khẩn trương là những trở ngại lớn trên con đường tu tập. Năng lực phải được quân bình với sự tỉnh lặng. Nó cũng giống như khi ta lên dây đàn. Dây đàn lên căng quá hay chùng qua đều không thể phát ra đúng cao độ. Trong sự tu tập cũng thế, chúng ta phải tinh tấn kiên trì nhưng với một tâm thoải mái và quân bình, cố gắng nhưng không đàn áp. Trong ta có hàng ngàn hiện tượng đang chờ khám phá, tâm ta có muôn từng muôn lớp để tìm hiểu... Với sự tinh tấn, con đường tu tập của ta sẽ rộng mở. Không ai có thể cố gắng thay ta được. Không ai có thể giác ngộ thay ta được. Sự giác ngộ của đức Phật đã giải quyết vấn đề cho ngài, chứ không giải quyết vấn đề cho ta... Có chăng chỉ là chỉ ra cho ta một lối thoát, nhưng mỗi người chúng ta phải tự thắp đuốc lên mà đi!

Chánh niệm là sự chân chánh thứ bảy trên con đường *Bát chánh*. *Chánh niệm* có nghĩa là ý thức được những gì đang xảy ra trong giờ phút hiện tại. Tôi muốn nói sự chú ý đến những sự thay đổi, biến chuyển của mọi hiện tượng: khi đi, ý thức được những cử động của cơ thể; khi quán xét hơi thở, ý thức được cảm giác ra vào hay lên xuống; ý thức được sự có mặt của từng tư tưởng hay cảm giác. Như một thiền sư có nói: *"Khi bạn đi, đi. Khi bạn chạy, chạy. Điều trên hết là đừng có do dự."* Bất cứ đối tượng là gì, bạn hãy ý thức nó, nhưng đừng cố nắm bắt vì đó là *tâm tham*, đừng xua đuổi vì đó là *tâm sân*, và cũng đừng lãng quên vì đó là *tâm si*. Hãy quan sát những biến chuyển cùng diễn tiến của đối tượng. Một khi *chánh niệm* được phát triển đúng mức, tất cả sẽ trở nên nhịp nhàng và mỗi ngày trở thành một điệu vũ. *Chánh niệm* đem lại cho tâm ta một sự thăng bằng và an tĩnh. Nó có khả năng giữ cho tâm ta được sắc bén, để ta có thể ngồi lại mà quan sát, theo dõi những hiện tượng xảy ra chung quanh như một vở tuồng.

Sự chân chánh được kể ra cuối cùng là *Chánh định*. *Chánh định* có nghĩa là có khả năng tập trung tâm ý, giữ cho tâm mình gắn với một đối tượng duy nhất. Những ngày đầu tu tập, bạn sẽ cảm thấy khó khăn vì chưa có nhiều định lực. Khi leo núi, chúng ta phải có một sức khỏe cần thiết. Nếu không đủ sức khỏe, lúc ban đầu ta sẽ dễ mệt và khó chịu. Nhưng dần dần khi cơ thể quen đi, ta cảm thấy khỏe khoắn và việc leo núi sẽ trở nên dễ dàng hơn. Sự tu tập thiền quán của ta cũng thế. Khi định lực phát triển, ta sẽ có khả năng sống trong hiện tại dễ dàng hơn. Những khó khăn ban đầu sẽ không còn là một trở ngại nữa.

Nếu bạn đặt một nồi nước lên bếp lò, rồi cứ vài phút lại mở nắp ra, chờ cho nước sôi sẽ lâu lắm. Nhưng nếu bạn để yên đừng mở nắp thì nước sẽ chóng sôi hơn.

Các khóa tu thiền là những cơ hội quý báu giúp cho ta phát triển *định lực* và *chánh niệm*. Với sự tu tập liên tục, mỗi giây phút được xây dựng bằng công phu của giây phút trước đó, trong một thời gian ngắn tâm ta sẽ trở nên sắc bén và có khả năng soi thấu được chân tướng của sự vật.

Hành trình của chúng ta bao gồm việc sống hòa hợp với thế giới chung quanh và tìm hiểu chính mình. Trong *Mount Analogue* có lời khuyên sau đây cho những ai đang đi trên con đường tỉnh thức: "Hãy giữ ánh mắt của mình trên con đường đi lên. Nhưng nhớ đừng quên nhìn những gì ngay trước mặt. Bước cuối cùng phụ thuộc vào bước đầu tiên. Đừng nghĩ rằng bạn đã đến nơi chỉ vì bạn đã nhìn thấy đỉnh núi cao. Hãy cẩn thận nơi bạn sẽ đặt chân. Bước tới cho vững vàng. Nhưng đừng vì vậy mà xao lãng mục tiêu cuối cùng. Bước đầu tiên phụ thuộc vào bước cuối cùng."

Sống vững vàng trong hiện tại, phát triển chánh niệm trong từng giây phút và vững tin nơi khả năng tự do của sự tỉnh thức.

Sau đây là một số thắc mắc nảy sinh trong quá trình tu tập:

Hỏi: Tôi có cảm giác rằng hơi thở vào lúc nào cũng mạnh hơn, điều này làm xáo trộn sự tập trung của tôi. Tôi phải làm gì?

Đáp: Hơi thở là một đề mục rất hay và quan trọng trong thiền quán, vì hơi thở có rất nhiều trạng thái và cường độ mạnh nhẹ khác nhau. Có khi nó mạnh và nặng nề, có khi nó thoải mái và nhẹ nhàng. Hơi thở có thể thay đổi giữa khi ta thở vào và thở ra, hay là sau một thời gian ngắn. Cũng có những lúc hơi thở nhẹ đến nỗi ta không cảm thấy gì hết. Hơi thở là một đề mục vô giá trong thiền quán: bởi vì một khi hơi thở trở nên nhẹ nhàng, ta có thể dùng nó để đem tâm mình an tịnh xuống cùng một mức độ với hơi thở. Khi bạn thấy hơi thở càng lúc càng trở nên thanh nhẹ, lắng tâm xuống thật yên để có thể nhận diện được nó. Nó đòi hỏi một sự cố gắng - để không làm gì hết, chỉ yên lặng.

Hỏi: Làm cách nào để biết một người đã giác ngộ?

Đáp: Một người giác ngộ hay tỉnh thức không để lại một dấu vết nào hết. Làm sao ta có thể đo lường được một tâm tự tại bằng những giác quan giới hạn của mình? Điều đó vượt ra ngoài sự suy luận. Cũng giống như ta đi tìm một ánh lửa đã tắt. Bạn tìm kiếm ở đâu bây giờ? Bạn không thể nghĩ giác ngộ, tỉnh thức như là một cái gì có thể đụng chạm hay sờ mó được. Người tỉnh thức không có một dấu hiệu đặc biệt nào trên trán họ hết, nhưng bạn vẫn có thể cảm nhận được họ qua những đức tính thương yêu, hiểu biết mà họ có.

Hỏi: Về sự liên hệ với cha mẹ và trách nhiệm hướng dẫn cha mẹ vào đạo pháp. Cha mẹ tôi thắc mắc tại sao tôi lại đi dự nhiều khóa thiền như thế này, tôi cố gắng giải thích nhưng hình như không có cách nào làm cho họ hiểu được!

Đáp: Có rất nhiều cách để người ta thông cảm nhau - mà

thường thì lời nói lại là một phương tiện kém hữu hiệu nhất. Nếu bạn sống với cha mẹ hay bất cứ ai mà giữ được sự an lạc, tĩnh lặng, không phê phán, biết chấp nhận, thương yêu và tử tế, tôi nghĩ bạn sẽ không cần phải nói một lời nào. Con người an lạc của bạn tự nó có khả năng tạo nên một khoảng không gian tươi mát. Điều này đòi hỏi thời gian tu tập. Người ta bao giờ cũng có thành kiến với những gì không hợp với quan niệm của mình. Khi nào bạn nói ra những điều có vẻ khác thường, mới lạ, họ sẽ trở nên bảo thủ. Thế nên ta đừng bao giờ chấp vào hình thức quá. Hãy sống tự nhiên, đạo pháp sẽ hiển bày. Tâm tĩnh lặng sẽ ảnh hưởng đến thế giới chung quanh. Điều đó đòi hỏi thời gian, sự kiên nhẫn và thật nhiều tình thương.

Hỏi: Trong khi ngồi thiền, tôi thường thấy mình hay tưởng tượng hơi thở là một luồng nước, chảy tới lui trong một đường hầm. Những hình ảnh như thế có hại cho chánh niệm không?

Đáp: Có. Cốt tủy của pháp tu thiền quán này là trực tiếp kinh nghiệm chứ không phải tưởng tượng. Hình ảnh hóa hơi thở của mình là tạo nên một khái niệm. Khái niệm không phải là sự thật, nó chỉ là bóng dáng của sự thật. Điều cần nhớ là kinh nghiệm những cảm giác của hơi thở, chứ không phải tạo nên một ý niệm về hơi thở.

Hỏi: Việc tôn thờ Thượng đế áp dụng vào sự tu tập này bằng cách nào?

Đáp: Tùy theo định nghĩa của bạn về Thượng đế. Mỗi người có một câu trả lời khác nhau. Ta có thể nói Thượng đế là chân lý tối cao, là đạo pháp, chân như của vạn vật. Hiểu như vậy, thì tôn thờ Thượng đế có nghĩa là sống trong chân lý, sống đúng với giáo pháp, để cho giáo pháp tự nhiên phô bày.

Buổi sáng thứ ba

Bài thực tập: Cảm thọ

Cảm thọ là một đề mục vô cùng quan trọng trong thiền quán. Trong mỗi giây phút, chúng ta luôn bị chi phối bởi một trong ba loại cảm thọ: *lạc thọ*, tức là những cảm thọ êm ái, dễ chịu; *khổ thọ*, tức những cảm thọ có tính cách đau đớn, khó chịu; *xả thọ*, tức những cảm thọ không dễ chịu cũng không khó chịu. Chính những tính chất êm ái và dễ chịu của *lạc thọ* khiến ta bị lôi cuốn ham mê. Và ngược lại ta cũng xô đuổi và trốn tránh những *khổ thọ* trong cuộc sống hằng ngày vì tính chất khó chịu, đau đớn của chúng. Nhưng khi ta có *chánh niệm* về cảm thọ của mình, ta sẽ có khả năng nhận diện mọi cảm thọ với một tâm bình đẳng, không phân biệt.

Cảm thọ chi phối mạnh mẽ nhất là những cảm giác của thân thể. Chúng ta ai cũng có thể dễ dàng kinh nghiệm được những cảm giác dễ chịu hoặc đau đớn đang có mặt trong tâm mình. Chú ý rõ ràng đến những cảm giác này là một trong những phương pháp thiền quán về cảm thọ: kinh nghiệm những cảm giác dễ chịu, nhẹ nhàng, êm dịu mà không bị lôi cuốn cũng như không xua đuổi, ghét bỏ những cảm giác khó chịu, nặng nề hay đau đớn. Hãy thản nhiên quan sát mọi cảm giác đang có mặt trong thân - nóng, lạnh, ngứa ngáy, êm dịu, nặng nề - đến rồi đi mà không phê phán, thương ghét hay nhận nó là mình.

Khi bắt đầu ngồi thiền, bạn hãy khởi sự bằng cách chú ý đến hơi thở, đến sự lên xuống của bụng. Rồi khi có bất cứ một cảm giác nào khởi lên trong thân, hãy chú ý đến nó, ý thức hoàn toàn về sự có mặt của nó. Điều quan trọng nhất là phải giữ một thái độ tự nhiên, thoải mái khi quan sát những cảm giác, nhất là những cảm giác đau đớn, khó chịu. Thân và tâm ta lúc nào cũng có khuynh hướng căng thẳng, khẩn trương khi đối diện với những *khổ thọ*. Đó là kết quả của thái độ ghét bỏ, tránh né, lâu ngày dần dần tạo nên một sự thiếu quân bình trong tâm. Bạn hãy thử tự nhiên nhìn cái đau của mình và quan sát những thay đổi, biến chuyển của nó. Một khi tâm của mình được yên tịnh xuống, nhẹ nhàng và có chánh niệm, ta có thể kinh nghiệm được rằng cái đau không phải là một khối cứng ngắt. Nó biến tướng, thay đổi, sinh diệt trong từng giây phút. Hành giả hãy ngồi với một tâm yên lặng, thoải mái quan sát những diễn biến của cảm giác, đừng ghét bỏ cũng đừng ước vọng.

Đau là một đề mục khá hữu hiệu trong thiền *Minh sát*. Bởi một cảm giác đau trong cơ thể, nếu biết sử dụng sẽ có khả năng đem lại cho ta một định lực rất mạnh. Cái đau có thể giữ tâm ta ở một chỗ mà không bị lay chuyển nhiều. Nhưng bất cứ một cảm giác nào đang có mặt trong thân đều có thể trở thành một đối tượng của thiền quán. Trong trường hợp không có một cảm giác nào đặc biệt, hành giả có thể trở về với hơi thở hay sự lên xuống của bụng. Sự quan sát, ghi nhận phải có tính cách tự nhiên chứ không được máy móc, vội vàng. Hãy ghi nhận mọi việc xảy ra như *"phồng, xẹp"*, *"nóng"*, *"lạnh"*, *"đau"*, *"ngứa"*, *"mát"*... một cách từ tốn, đều đặn. Khi cảm thấy mình đang bị căng thẳng bởi cái đau có mặt trong thân, bạn hãy cẩn thận quán sát tính chất khó chịu, bản chất của cái đau. Hãy giữ chánh niệm về cảm thọ của mình, rồi thì sự quân bình, an lạc trong tâm tự nhiên sẽ đến.

28

Buổi tối thứ tư

Sự chú ý đơn thuần

Có một lời tiên đoán từ xa xưa rằng sau khi đức Phật nhập diệt 2.500 năm, đạo Phật sẽ bừng lên một cách huy hoàng và khởi sắc. Ngày nay, chúng ta thấy lời tiên đoán đó đang trở thành sự thật.

Nhưng trước khi ta có thể hiểu được tầm quan trọng của lời tiên đoán này, ta phải hiểu giáo pháp là gì? *Giáo pháp* là danh từ dùng để dịch chữ *Dharma* trong tiếng Phạn, có nghĩa là *luật, đạo, chân như* của vạn vật, sự biến chuyển của mọi hiện tượng, hay nói một cách khác: giáo lý của đức Phật. Tất cả những điều đó gọi chung là *Pháp (Dharma)*. Nó cũng có nghĩa bao gồm mọi tế bào trong thân, mọi yếu tố của tâm, trong tất cả sinh vật. Những yếu tố của tâm như là ý nghĩ, thị lực, tình cảm, tâm tưởng đều có thể gọi chung là *Pháp*. Mục tiêu của người tu tập thiền quán là tìm hiểu, khám phá những pháp vừa kể trong thân và tâm, ý thức được từng yếu tố một, cũng như hiểu được luật biến chuyển và sự liên hệ của chúng. Ở đây, sự tu tập của chúng ta là: kinh nghiệm được sự chân thật của bản tánh mình trong mỗi giây phút, biết được *cái ta* này là ai và nó gồm những gì.

Tâm ta có một phẩm tính rất là quan trọng để dùng vào thiền quán. Phẩm tính này làm căn bản và nền móng cho sự giác ngộ, nó chính là sự *chú ý đơn thuần*. Chú ý đơn thuần có nghĩa là nhìn sự vật như là nó hiện thực, nó là như vậy, không chọn lựa, không so sánh, không đánh giá, không đặt quan niệm, thành kiến của mình vào sự nhận xét. *Chú ý đơn thuần* là một tâm ý không phê phán và không can thiệp.

Phẩm tính này của tâm được diễn tả bằng một bài thơ *Haiku* của một thiền sư Nhật Bản, tạm dịch như sau:

Hồ thu lặng,

Ếch nhảy vào,

Tõm!

Không thêm bớt một hình ảnh nào, không có cảnh mặt trời chiều hay bầu trời mùa thu hoàng hôn phản chiếu trên mặt hồ. Tác giả không hề linh động hóa cảnh vật. Chỉ kể lại một cách chi tiết rõ ràng, nhận xét của ông với việc xảy ra trước mắt: *"Hồ thu lặng, ếch nhảy vào, tõm!"* Một nhận thức đơn thuần: nhìn và quan sát sự vật với một tâm giản dị và trực tiếp. Không có gì là dư thừa hết. Đây là phẩm tính trí tuệ và thẩm thấu của tâm.

Khi ta phát triển được một sự chú ý đơn thuần, đời ta sẽ thay đổi trên nhiều phương diện. Chân ngôn của thời đại này là *"hãy sống trong hiện tại"* - sống ngay trong giờ phút này. Nhưng vấn đề là sống như thế nào đây? Đầu óc ta thì cứ nhớ mãi những chuyện đã xảy ra trong quá khứ, nếu không thì lại tính toán cho tương lai, lúc nào cũng bồn chồn, lo nghĩ. Hồi tưởng về quá khứ; mơ mộng đến tương lai; sống trong giờ phút hiện tại không phải là chuyện dễ làm. Chú ý đơn thuần là một phương cách giúp ta sống và tỉnh thức trong giây phút hiện tại. Từ tốn lại trong giờ phút này, kinh nghiệm được hoàn toàn những gì đang xảy ra.

Có một câu chuyện thiền nói về việc sống trong hiện tại. Vào một ngày mưa tầm tã, đường xá trong thành phố ngập nước, lầy lội. Có hai vị thiền sư cùng đi đến một ngã tư đường, gặp một cô gái trẻ đẹp. Cô ta đang đứng bối rối vì đường quá sình lầy, không băng qua được. Ngay lúc ấy, vị sư thứ nhất bèn bồng cô ta lên và băng qua bên kia đường, rồi đặt cô xuống. Xong, cả hai tiếp tục đi. Tối đó về đến chùa khi đã nhá nhem tối, vị sư thứ hai không còn nhịn được nữa, lên tiếng trách:

- Tại sao sư huynh lại có thể làm một chuyện như thế được? Chúng ta là người tu hành, thật không nên nhìn đến phụ nữ chứ đừng nói là đụng chạm thân thể họ. Nhất là với những cô gái trẻ đẹp.

Vị sư thứ nhất đáp:

- Tôi đã đặt cô ấy xuống bên kia đường rồi, sư huynh còn mang cô ta về đến tận đây sao?

Khi ta có được một nhận thức đơn thuần, ý thức được sự có mặt của bất cứ những gì đang xảy ra chung quanh, ta có thể kinh nghiệm và đối phó với hoàn cảnh hiện tại một cách chính xác và tự tại hơn.

Chú ý đơn thuần có khả năng làm cho tâm ta được tĩnh lặng. Tâm chúng ta thường hay phản ứng: bám víu vào những gì làm mình dễ chịu, và xua đuổi những gì làm mình khó chịu. Ta hành động vì lòng ta ưa thích hoặc ghét bỏ. Tâm ta thiếu sự bình đẳng. Một khi sự chú ý đơn thuần được phát triển, ta sẽ kinh nghiệm được những cảm xúc, ý nghĩ của mình và hoàn cảnh chung quanh mà không bị lôi cuốn hay sinh ác cảm. Ta sẽ có khả năng kinh nghiệm được hoàn toàn những gì đang xảy ra với một tâm tĩnh lặng và bình đẳng.

Nhưng việc tập luyện một sự chú ý đơn thuần không chỉ giới hạn vào những lúc ngồi thiền sáng và chiều. Nếu ta nghĩ rằng mình chỉ tu tập thiền quán vào những giờ ngồi thiền, còn những lúc khác thì không, đó là ta đã đập vỡ cuộc sống của mình ra thành từng mảnh, và phá hoại công trình tu tập của mình rồi. Chánh niệm phải được áp dụng cho mọi lúc, mọi hoàn cảnh, dù là khi ta đang đi, đứng, nằm, ngồi, nói chuyện hay ăn uống. Ta phải biết vận dụng sự chú ý đơn thuần với mọi đối tượng, mọi tâm trạng, mọi hoàn cảnh. Hãy sống trọn vẹn trong từng giây, từng phút.

Có câu chuyện về một người chạy trốn một con cọp. Anh ta chạy đến bên bờ một vực thẳm, nắm lấy một dây nho và đu xuống. Bên trên anh con cọp đứng nhìn, phía dưới lại có một con cọp khác đang gầm gừ chờ anh rơi xuống. Trong khi anh đang bị treo lơ lửng thì có hai con chuột đang gậm nhấm sợi dây nho mà anh đang bám. Lúc ấy anh chợt thấy một trái dâu đỏ chín mọc gần đó. Anh vói tay hái. Trái dâu ngọt lịm làm sao!

Sự chú ý đơn thuần, khi tu tập đúng mức sẽ trở nên tự nhiên, không phải đòi hỏi một sự dụng công nào nữa. Cũng giống như khi ta học chơi một nhạc cụ vậy. Ta ngồi xuống, học một vài lý thuyết rồi được đưa cho những bài thực tập. Lúc đầu ngón tay chưa quen, còn vụng về ta sẽ đánh những nốt sai và âm điệu sẽ rất khó nghe. Nhưng nếu siêng năng luyện tập, dần dần tay ta sẽ quen, những cử động sẽ trở nên dễ dàng, âm thanh sẽ êm dịu hơn. Sau một thời gian, khi sự luyện tập đã chín mùi, mọi cử động sẽ trở nên tự nhiên và vô ngại. Lúc ấy sẽ không còn biên giới giữa thực tập và thực hành, việc chơi nhạc tự nó cũng là luyện tập. Sự tu tập chánh niệm cũng thế. Lúc đầu ta theo dõi mọi cử động một cách chậm chạp, từng bước chân *"dở lên, bước tới, đặt xuống"*, từng hơi thở *"phồng, xẹp"* hay là *"ra, vào"*... Trong giai đoạn đầu sự tinh tấn và cố gắng là một yếu tố quan trọng. Dòng chánh niệm của ta bị đứt quãng rất nhiều. Biết bao nhiêu là trở ngại và phấn đấu. Nhưng khi tâm ta được tôi luyện đúng mức, chánh niệm sẽ tăng trưởng một cách tự nhiên. Trên hành trình tu tập, sẽ có một lúc sự xung động của chánh niệm trong tâm mạnh đến nỗi có thể tự hoạt động một mình mà không cần đến sự dụng công của ta. Lúc ấy mọi sự sinh hoạt của ta sẽ trở nên dễ dàng, giản dị và tự nhiên, nhờ ta có được một chánh niệm vô ngại.

Chú ý đơn thuần là tập lắng nghe những gì đang xảy ra trong thân, trong tâm và thế giới chung quanh ta. Chắc một lần nào đó, bạn đã có một dịp ngồi bên một dòng sông, hay trên một ghềnh đá bên bãi biển. Lúc đầu ta chỉ nghe một khối âm thanh rào rạt. Nhưng nếu ta ngồi yên thêm một chút, chỉ ngồi và lắng nghe thôi, ta sẽ bắt đầu nghe được muôn ngàn âm thanh nhỏ khác biệt nhau, tiếng sóng biển vỗ trên ghềnh đá, tiếng dòng sông chảy mạnh... Với tâm tĩnh lặng ta có thể kinh nghiệm được thật sâu sắc những gì đang xảy ra. Khi ta lắng nghe chính mình cũng thế, lúc đầu ta chỉ có thể nghe được một tiếng nói của cái *"ngã"* hay cái *"tôi"*. Nhưng dần dần, cái *tôi* này sẽ hiển lộ cho ta thấy nó chỉ là một tập hợp của những yếu tố, tư tưởng, cảm giác, tình cảm và hình ảnh thay đổi không ngừng. Tất cả sẽ hiển bày khi ta biết lắng nghe và chú ý. Một vị sư cô có viết một bài thơ thật đẹp như sau:

> *Đã sáu mươi sáu lần,*
> *đôi mắt này nhìn mùa thu đến và đi.*
> *Ánh trăng xưa ta đã tả thật nhiều,*
> *đừng hỏi nữa làm chi.*
> *Hãy lắng nghe*
> > *tiếng của cây tùng và cây bách,*
> *khi gió ngừng đưa...*

Hãy lắng nghe tiếng của cây cỏ khi gió không còn thổi. Một tâm tĩnh lặng tiêu biểu cho sự quân bình của đạo, giữa hai yếu tố sáng tạo và tiếp nhận. Nhờ yếu tố sáng tạo mà ta có khả năng tỉnh thức, thông suốt và tích cực chú ý. Nhờ yếu tố tiếp nhận mà ta giữ được một thái độ không phân biệt, không chọn lựa và không phê phán. Tâm ta lúc ấy rất cởi mở và êm dịu. Một khi ta có được nhận thức tỉnh táo và thông suốt, đi đôi với sự tiếp nhận không phân biệt, tâm ta sẽ ở trong một trạng thái quân bình, hoà hợp hoàn toàn.

Sự phát triển của ý thức đơn thuần đòi hỏi sự có mặt của hai *tâm hành*. Tâm hành thứ nhất là tâm *định*, tức là khả năng chú ý vào một đối tượng duy nhất. Tâm hành thứ hai là *chánh niệm*, tức là khả năng biết được những gì đang xảy ra trong hiện tại, không để tâm chìm trong quên lãng, giữ cho tâm luôn được vững chãi và tập trung. Một khi chánh niệm và định lực được phát triển đúng mức, tâm của ta sẽ trở nên quân bình và sự quán sát sẽ vô cùng sâu sắc. Ta sẽ nhận chân được nhiều phương diện khác nhau của bản thân.

Trí tuệ không đến từ một đối tượng hay một trạng thái tâm thức đặc biệt nào hết. Thiền sư *Suzuki* có nói về sự *"chẳng có gì là đặc biệt"*. Trong tâm và thân ta, trong chân như của sự vật, chẳng có gì là đặc biệt hết. Sự vật khi sinh ra đã có bản tánh tự nhiên là sẽ diệt đi. Chẳng có gì đặc biệt để ta luyến tiếc. Tất cả chỉ là một phần của dòng biến chuyển không ngừng. Điều quan trọng là sự quân bình và sáng suốt của tâm. Chúng ta cũng đừng ham muốn hoặc tìm kiếm những kinh nghiệm khác thường. Mặc dù đôi khi những hiện tượng siêu nhiên có thể xảy ra cho ta, nhưng chúng chẳng có gì đặc biệt, chỉ là thêm đề tài cho ta quan sát, bởi mọi hiện tượng đều chịu chi phối bởi luật vô thường. Điều mà chúng ta muốn làm là buông bỏ tất cả, không để dính mắc hay nhận lấy bất cứ trạng thái, hiện tượng nào đó là mình.

Hãy tự tại về mọi mặt, đừng để bị ràng buộc, dù bằng một sợi dây xích bằng vàng, bằng bất cứ chuyện gì xảy ra. Khi nào chúng ta kinh nghiệm được sự biến chuyển của định luật vô thường một cách sâu sắc, khi nào chúng ta trực nhận được rằng con người đang biến đổi trong từng giây phút, chừng đó ta sẽ có khả năng buông bỏ hết mọi ràng buộc, dính mắc và hòa hợp với dòng thực tại. Không còn chống cự, không còn nắm bắt và không còn ôm giữ. Chúng ta trở thành một với đạo.

Sau đây là một số thắc mắc nảy sinh trong quá trình tu tập:

Hỏi: Trong cả tiến trình tu tập, có phần nào là linh hồn không?

Đáp: Phương pháp thiền quán là để phát triển chánh niệm. Có nghĩa là kinh nghiệm sự việc xảy ra với một tâm tĩnh lặng, không sử dụng tư tưởng hay khái niệm. Tâm của ta sẽ đi từ mức độ *suy nghĩ - ý niệm* đến mức độ *trực nhận - kinh nghiệm*. Mọi sử dụng ngôn từ sẽ trở thành vô nghĩa khi so sánh với kinh nghiệm trực tiếp của chánh niệm. Tôi nghĩ là chúng ta ta đừng bao giờ mù quáng tin theo một điều gì cả. Một sự hiểu biết sâu sắc sẽ tự nhiên đến với bạn bằng những kinh nghiệm trong thiền quán. Dù bạn có biết gì về lý thuyết hay không, chuyện đó hoàn toàn không cần thiết. Có những thiền sư chưa bao giờ học, chưa từng đọc sách, cũng không phải thông minh lắm, nhưng các ngài biết lắng nghe lời chỉ dẫn và chịu thực hành. Giáo pháp phô bày trong tâm các ngài. Các ngài kinh nghiệm được nhiều trình độ giác ngộ khác nhau, nhưng không thể dùng văn tự mà diễn tả cho người khác hiểu được. Điều quan trọng là bạn hãy kinh nghiệm lấy sự thật trong tâm bạn, đừng để dính mắc vào ý kiến và suy luận.

Hỏi: Mục đích của thiền định là gì?

Đáp: Có nhiều cách thiền khác nhau. Một phương pháp cổ truyền là phải tập trung tư tưởng để phát triển *định lực* trước, rồi sau đó mới dùng định lực để phát sinh *trí tuệ*. Phương pháp này đòi hỏi một thời gian lâu, bởi vì thiền định phải cần có một hoàn cảnh đặc biệt mới có thể phát triển được một định lực mạnh. Ở Miến Điện trong khoảng từ 100 đến 150 năm gần đây là sự sống lại của thiền *Minh sát* (Vipassana). Thiền *Minh sát tuệ* phát triển cùng lúc *định lực* và *trí tuệ*. Phương pháp này gồm có sự chánh niệm và tập trung tâm ý trong từng giây phút một, đầy đủ để dẫn đến sự giác ngộ.

Hỏi: Trong cuộc đời này chúng ta có quyền chọn lựa gì không?

Đáp: Thường thì những gì xảy đến cho ta trong đời này là do ở *nhân* chúng ta đã gieo trong quá khứ. Nghiệp quả thì không tránh được, nhưng phản ứng, cách đối phó của ta là hoàn toàn tùy thuộc chính mình. Ở điểm này chúng ta hoàn toàn tự do. Chúng ta có thể có chánh niệm hay không, tùy ở ta. Không có gì bắt ta phải đối phó với nghiệp quả bằng một cách này hay cách khác. Tự do nằm ở chỗ ta chọn cách phản ứng nào với những sự việc xảy đến trong giây phút hiện tại.

Hỏi: Vấn đề tiềm thức trong tâm lý học Tây phương liên hệ với thiền quán ra sao?

Đáp: Khi tâm ta trở nên yên tĩnh và tỉnh thức, những gì nằm sâu dưới bình diện ý thức, mà ta gọi là tiềm thức, sẽ được soi sáng bởi ngọn đèn chánh niệm. Lúc đó ta sẽ thấy được những sự ràng buộc trong tâm ta từ bấy lâu nay. Sự nhận diện này sẽ đem chúng lên trên bình diện ý thức và được quán sát.

Hỏi: Nhưng lúc nào cũng phải giữ chánh niệm trong hiện tại, điều đó có làm ta mất đi sự tự nhiên hay không?

Đáp: Sống không có chánh niệm không phải là sống tự nhiên. Nếu chúng ta phản ứng một cách máy móc, tức là chúng ta bị cai quản, lệ thuộc vào những việc xảy ra quanh ta. Đó không phải là sống tự nhiên, mà là máy móc. Nhận được một tin gì đó chúng ta lật đật phản ứng một cách vô ý thức, không chánh niệm, tâm đó không phải là một tâm tự nhiên mà là một tâm máy móc. Sự tự nhiên chỉ đến với ta khi tâm ta yên lặng, khi tâm ta tỉnh thức, nhận biết được mọi việc rõ ràng trong từng giây phút. Khi chánh niệm tiến triển, nó sẽ không làm sinh hoạt của bạn bị đứt đoạn, nó không làm bạn mất tự nhiên. Trong giai đoạn đầu thì ta cần phải chú ý từng cử động một, đến khi ta đạt được một ý thức đơn thuần rồi thì mọi sinh hoạt sẽ trôi chảy rất thư thái.

Hỏi: Khi nãy ông có thí dụ về người tập đánh đàn và người tập thiền. Có nhiều người tập đàn nhưng không phải ai cũng trở thành một nhạc sĩ giỏi. Cũng vậy, có phải mặc dù ta tập thiền nhưng không phải ai cũng sẽ thành công và có chánh niệm, có đúng không?

Đáp: Sự tiến bộ của mỗi người khác nhau. Có người tiến bộ một cách chậm chạp và khó nhọc. Có người tuy tiến chậm nhưng rất thoải mái và an lạc. Một số khác tiến bộ nhanh chóng nhưng khổ cực. Và cũng có người tiến nhanh chóng với sự an lạc. Sự tiến bộ cũng tùy thuộc vào nghiệp quả của mình, định lực và chánh niệm của mình đã phát triển đến đâu. Nhưng nếu chúng ta đi đúng hướng, không chóng thì chầy ta cũng sẽ đến nơi. Điều cần thiết là hãy cứ bước tới (tức là tinh tấn và cố gắng). Có thể là một năm, sáu mươi năm hay nhiều kiếp nữa cũng chẳng sao, miễn là ta đi về phía ánh sáng là đủ. Chúng ta muốn đi về hướng giải thoát, tự do, chứ không phải lùi lại mà đi về bóng tối. Cho nên bất cứ nghiệp quả của ta ra sao cũng vậy, hãy bắt đầu bằng những gì ta đang có.

Hỏi: Ông có nói về nhiều kiếp khác nhau. Cái gì sống qua những kiếp đó, có phải là linh hồn không?

Đáp: Điều này có thể hiểu giống như là những thay đổi xảy ra trong một đời người. Thí dụ, nếu bạn không nhớ lại khoảng năm, mười năm trước đây, thân thể của bạn hoàn toàn khác biệt với bây giờ, nói trên phương diện tế bào cũng vậy. Thân thể của bạn chuyển hóa, thay đổi. Tâm của bạn cũng đã biến chuyển, thay đổi vô số lần hơn thế nữa, sinh ra rồi diệt đi. Bây giờ bạn không thể chỉ bất cứ một cái gì trong tâm hay thân bạn, và bảo rằng nó cũng giống y như hồi trước không sai khác. Bởi bạn bây giờ là kết quả, tập hợp của những ràng buộc, điều kiện trong quá khứ và từng giây phút nối tiếp nhau sau đó. Nói cách khác, giây phút này quyết định điều kiện khởi sinh cho giây phút kế tiếp. Không có gì được đem qua, nhưng có một mối liên hệ giữa giây phút này và giây phút kế. Mọi vật chuyển hóa theo một trật tự liên tục. Trong giờ phút sắp lìa đời, tâm ta sẽ quyết định điều kiện cho giây phút tái sinh. Không có gì đi theo qua hết, nhưng giây phút kế tiếp tùy thuộc vào giây phút trước đó.

Buổi sáng thứ năm

Bài thực tập: Tư tưởng

Sử dụng tư tưởng như một đề mục chánh niệm là một điều quan trọng. Nếu chúng ta không ý thức được tư tưởng của mình ngay khi chúng vừa khởi lên, ta sẽ khó có thể nào hiểu được lý *vô ngã* và thấy được rằng sự suy nghĩ không phải thật là mình. Sự ngộ nhận này là nền móng căn bản xây dựng lên *cái ngã, cái tôi* của mình: "*Tôi* là người đang suy nghĩ." Chánh niệm về tư tưởng đơn giản chỉ có nghĩa là biết được tư tưởng ngay khi nó sinh khởi, biết được rằng tâm mình đang suy nghĩ mà không bị dính mắc vào nội dung của suy nghĩ.

Chúng ta không nên miệt mài chạy theo sự tưởng tượng, phân tích việc tư tưởng từ đâu đến. Ta chỉ cần ý thức được rằng trong giây phút này có một tư tưởng đang sinh khởi. Bạn có thể niệm thầm trong đầu "*suy nghĩ, suy nghĩ*" mỗi khi có một tư tưởng nào được phát hiện. Bạn hãy quán sát chúng mà không phê bình, không phản ứng, không cho rằng sự suy nghĩ đó là chính mình, là của mình. Sự suy nghĩ cũng chính là người suy nghĩ. Chẳng có ai đứng phía sau chúng hết. Tư tưởng tự nó suy nghĩ. Nó đến mà chẳng cần ai mời gọi.

Sau một thời gian thực tập thiền quán, bạn sẽ thấy rằng khi chúng ta không còn bị dính mắc vào sự suy nghĩ, tư tưởng sẽ không tồn tại được lâu. Ngay khi bạn ý thức được sự có mặt của một tư tưởng, nó sẽ biến mất và sự chú ý sẽ trở lại với hơi thở. Nếu muốn, bạn cũng có thể đặt tên, phân loại chính xác hơn cho những tư tưởng để nhận diện sự khác biệt của chúng, thí dụ như "*dự định*", "*tưởng tượng*" hay là "*nhớ*". Cách này có thể giúp cho sự chú ý của bạn được sâu sắc hơn. Nhưng nếu bạn chỉ niệm "*suy nghĩ, suy nghĩ...*" thôi cũng đủ rồi.

Điều quan trọng là phải ý thức được tư tưởng ngay khi nó vừa phát khởi, chứ không phải vài phút sau đó. Khi bạn nhận diện được sự có mặt của tư tưởng ngay khi chúng vừa sinh khởi, chúng sẽ mất đi khả năng chi phối bạn.

Nhưng bạn đừng bao giờ đối xử với tư tưởng như là một chướng ngại, kẻ thù của thiền quán. Chúng chỉ là một đối tượng của chánh niệm, một đề mục của thiền quán. Đừng bao giờ để tâm mình trở thành lười biếng, buông thả. Phải tinh tấn duy trì chánh niệm, luôn biết rõ những gì đang xảy ra trong giây phút hiện tại.

Thiền sư *Suzuki* trong quyển *Thiền tâm sơ tâm* có viết: "Khi ngồi thiền, bạn đừng cố gắng ngăn chặn sự suy nghĩ của mình. Hãy để nó tự chấm dứt. Nếu có một tư tưởng nào xuất hiện, hãy để nó đến rồi đi. Chúng không thể tồn tại được lâu. Nếu bạn dụng công ngăn chặn nó, có nghĩa là bạn bị nó làm cho khó chịu. Đừng bao giờ để chuyện gì làm cho bạn phải khó chịu. Điều mà bạn tưởng rằng đến từ bên ngoài, thật ra chính là những đợt sóng trong tâm bạn, và nếu bạn không khó chịu vì những đợt sóng, chúng sẽ dần dần trở nên yên tĩnh hơn... Những cảm xúc đến, tư tưởng, hình ảnh sinh khởi lên, đều là những đợt sóng trong tâm. Chẳng có gì ở ngoài tâm bạn cả... Nếu bạn để cho tâm được tự nhiên, nó sẽ trở nên tĩnh lặng. Tâm này gọi là *chân tâm*."

Hãy để mọi việc xảy ra một cách tự nhiên. Hãy để những hình ảnh, tư tưởng, cảm giác sinh ra và diệt đi mà không khó chịu, phản ứng, phê phán hay ôm giữ. Trở thành một với *chân tâm*, quán sát một cách cẩn thận và tinh tế những đợt sóng đến và đi. Thái độ này sẽ đem lại cho tâm ta một sự quân bình và tĩnh lặng vô cùng nhanh chóng. Đừng bao giờ xao lãng sự tập trung của mình. Giữ tâm chánh niệm luôn

luôn, từng giây phút một, về mọi chuyện đang xảy ra, dù đó là sự chuyển động của bụng, là hơi thở ra vào ở mũi, là cảm giác hay tư tưởng. Lúc nào cũng giữ chánh niệm, tập trung nơi đối tượng với một tâm quân bình và thoải mái.

Buổi tối thứ năm

Khái niệm và thực tại

Trong tác phẩm *Republic* của *Plato* có một chuyện ngụ ngôn nổi tiếng về một hang động. Trong hang động có một hàng người, họ bị xiềng lại với nhau trong tư thế chỉ có thể nhìn vào vách hang bên trong, không thể nào quay lưng lại. Phía sau lưng những người bị xiềng là một ngọn lửa, và có những hình người nhỏ xếp chung quanh như là đang sinh hoạt với nhau. Bóng dáng của những hình người giả này chiếu lên vách tường phía bên trong hang. Những người bị xiềng chỉ có thể thấy bóng dáng thay đổi của những hình người giả trên vách hang, nên họ nhận những bóng hình đó làm một sự thật tuyệt đối.

Cho đến một ngày, có một người trong bọn họ cắt được sợi dây xích và quay lại được. Anh ta thấy được đống lửa và những hình người giả, và hiểu rằng những điều anh tin xưa nay đều là giả tưởng. Bóng hình không phải là sự thật mà chỉ là những phản ảnh trên vách. Và có lẽ sau khi thoát ra khỏi sự xiềng xích, anh đi ra khỏi hang và bước đi trong tự do dưới ánh sáng mặt trời.

Tình trạng của chúng ta cũng giống như những người bị xiềng trong hang. Bóng người trên vách tượng trưng cho những khái niệm trong cuộc đời mà ta đang sống. Chúng ta bị xiềng xích bằng những đam mê, nhìn cuộc đời qua ý niệm, thành kiến có sẵn trong ta, và nhận những khái niệm này làm thực tại.

Có nhiều khái niệm khắc rất sâu trong tâm ta, đến nỗi ta không còn nghi ngờ gì nữa. Chẳng hạn như chúng ta ai cũng có khái niệm về nơi chốn, quê hương, quốc gia. Nhưng thực tế là trên trái đất này không có đường ranh giới tự nhiên nào phân chia các quốc gia. Những đường ranh giới đều là do tâm ý con người tạo ra. Chúng là nhân tạo. Mỗi khi bạn có dịp đi ngang qua một đường biên giới, bạn sẽ thấy con người đã bỏ ra biết bao nhiêu công sức để gây dựng khái niệm này. Trên thế giới có biết bao nhiêu vấn đề - chánh trị, kinh tế - phát xuất từ ý nghĩ *"đây là quốc gia của tôi, quê hương của tôi..."* Nếu hiểu được rằng mọi khái niệm chỉ là kết quả của tư tưởng, ta sẽ có khả năng tự do thoát khỏi mọi ràng buộc.

Lúc còn ở Ấn Độ, có một cô bạn Hy Lạp kể cho tôi nghe câu chuyện thí dụ về khái niệm nơi chốn. Cô ta tả lại một biên giới giữa hai quốc gia nằm trên một vùng sa mạc. Giữa một vùng đất cát mênh mông, có một chiếc cầu sắt bắc ngang qua một lòng sông cạn khô. Chiếc cầu sắt được sơn nửa xanh, nửa đỏ. Lòng sông khô cần là biên giới của hai nước. Chung quanh chẳng có gì ngoài cát nóng và một chiếc cầu sắt hai màu. Chính giữa cầu có một cái cổng bằng sắt, được khóa từ hai bên. Khi có người nào muốn đi từ một *"quốc gia"* này sang phía bên kia, người gác bên đây sẽ gọi người gác bên kia, cả hai đi đến cánh cổng và mở khóa cùng một lúc. Thế là ta đi ngang qua biên giới, sang một quốc gia khác.

Khái niệm về thời gian cũng đã in rất sâu vào tâm khảm ta, những ý niệm về *quá khứ, tương lai.* Cái mà chúng ta gọi là thời gian, thật sự là gì? Trong giờ phút hiện tại ta có một vài tư tưởng như là kỷ niệm, hồi tưởng. Chúng ta góp những tư tưởng này lại thành một nhóm và gọi chúng là *quá khứ,* và cho rằng chúng đã xảy ra ở một thời điểm xa xôi nào đó, không có thật trong *hiện tại*. Cũng vậy, ta chìm đắm trong những dự định, mơ mộng và dán cho chúng nhãn hiệu thuộc về *tương lai*, có nghĩa là chúng chỉ có trong một thực tại chưa xảy ra. Ít khi ta hiểu được rằng, thật ra *quá khứ* và *tương lai* chỉ là những gì đang xảy ra trong *hiện tại*. Tất cả những kinh nghiệm đó chỉ là một sự thật của *hiện tại*. Quá khứ và tương lai là hai khái niệm mà chúng ta đặt ra với một mục đích. Nhưng nếu ta nhận khái niệm là một sự thật, quên rằng chúng chỉ là sản phẩm của tư tưởng, ta sẽ khổ đau vì những sự lo lắng, hối tiếc về quá khứ và những mong chờ, hy vọng về một thực tại chưa đến. Khi nào ta có thể sống vững vàng trong giây phút bây giờ, hiểu rằng quá khứ và tương lai chỉ là những tư tưởng trong hiện tại, ta sẽ có khả năng tháo gỡ được *sợi dây xích* của khái niệm *thời gian*.

Một khái niệm quan trọng khác mà chúng ta thường dùng đến là khái niệm về giới tính: *nam nữ*. Khi bạn nhắm mắt lại, chú ý đến hơi thở, cảm giác, âm thanh, tư tưởng của mình - *nam* hay *nữ* nằm ở chỗ nào, nếu không phải chỉ là một khái niệm? Khái niệm *nam nữ* sẽ không còn hiện hữu khi tâm ta yên lặng. Những làn sóng tưởng tượng nổi lên từ nước, rồi chúng tự phê bình lẫn nhau là cao, thấp, đẹp, xấu... Nói theo lẽ tương đối thì cũng đúng một phần nào, nhưng chúng quên rằng mọi làn sóng đều có chung một bản chất là nước biển. Cũng vậy, một khi ta bị dính mắc vào một khái niệm về hình thể, tâm ta sẽ sinh khởi những sự so sánh, phê phán, phân loại. Những phân biệt này sẽ làm cho sự chia cách giả tưởng giữa ta và chung quanh càng kiên cố thêm lên. Qua sự tu tập thiền quán ta sẽ dần dần từ bỏ những ràng buộc của khái niệm và kinh nghiệm được những yếu tố căn bản thật sự tạo thành con người.

Nhưng có lẽ khái niệm gây ảnh hưởng sâu đậm nhất, có khả năng xiềng xích ta trong hang động, giữ ta lại trong vòng sinh tử luân hồi, là khái niệm về một *cái ngã, cái tôi*. Ta luôn nghĩ rằng phải có một *cái tôi* nào đó đứng phía sau mọi hành động, mọi ý nghĩ, đó là một cá nhân có thật, trường cửu, là bản thể của con người chúng ta. Nhưng *cái ngã, cái tôi* và *những cái của tôi* thật ra chỉ là những khái niệm, chúng sinh khởi khi ta cố đi tìm một định nghĩa cho sự liên hệ giữa *thân* và *tâm*. Thuở ban đầu thì trong ta chưa có *cái tôi*, nhưng bởi vì chúng ta bị dính mắc vào ý niệm này một cách quá sâu đậm, chúng ta bỏ hết công sức ra để bảo vệ, phô trương và phục vụ cho *cái tôi* tưởng tượng này. Thiền quán sẽ giúp ta thấy được *cái tôi* chỉ là một khái niệm, nó không có một tự thể nào, chỉ là một ý niệm được phóng đại lên trong giây phút hiện tại.

Đó là những khái niệm hằng trói buộc ta - khái niệm về nơi chốn, thời gian, sở hữu, nam nữ và cái tôi. Bạn có thể thấy sức mạnh của những khái niệm này. Cả cuộc đời của ta bị chúng chi phối. *Kalu Rinpoche*, một vị thiền sư Tây Tạng nổi tiếng có viết: "*Bạn đang sống trong một thế giới của ảo tưởng, với những hình dáng bên ngoài của sự vật. Nhưng có một thực tại, bạn chính là thực tại đó. Hiểu được điều này, bạn sẽ thấy rằng bạn chẳng là gì cả. Và vì không là gì cả mà bạn là tất cả. Chỉ có vậy thôi.*"

Có bốn pháp quan trọng được gọi là bốn *thực tại tuyệt đối*. Ta gọi như thế bởi vì chúng có thể kinh nghiệm được chứ không phải chỉ là ý niệm. Bốn thực tại tuyệt đối này chứa đựng trọn vẹn mọi kinh nghiệm của chúng ta.

1. Sắc:

Thực tại tuyệt đối đầu tiên là *sắc*, tức là *tứ đại*. Tứ đại là bốn yếu tố căn bản cấu tạo nên mọi vật chất trong vũ trụ, bao gồm *đất, nước, gió* và *lửa*. Trong thiền quán, ta sẽ kinh nghiệm được sự hiện diện của *tứ đại* trong thân thể.

Yếu tố đất là yếu tố thuộc về tính chất nới rộng. Ta kinh nghiệm được yếu tố này qua tính chất *cứng, mềm, nặng, nhẹ* của sự vật. Khi ta cảm thấy đau trong thân, điều đó thuộc về yếu tố đất. Khi ta đi, chân chạm mặt đất, cảm giác đụng chạm, dính liền cũng thuộc về yếu tố đất. Nói chung là mọi cảm giác cứng, mềm hay nới rộng.

Yếu tố lửa là những tính chất *nóng, lạnh.* Đôi khi trong những lúc ngồi thiền, yếu tố lửa có thể trở nên thắng thế, bạn sẽ cảm thấy như bị lửa đốt. Thật ra thì chẳng có ai bị đốt cả, chỉ có yếu tố lửa đang phát lộ tánh tự nhiên của nó, tức cảm giác *nóng, lạnh.*

Yếu tố gió tức là sự chuyển động. Trong lúc đi kinh hành, cái mà ta kinh nghiệm được chỉ là một trò chơi của những yếu tố. Bàn chân và chân chỉ là một ý niệm, một tên gọi mà chúng ta đặt cho nhận thức về một kinh nghiệm. Thật ra thì chẳng có bàn chân, thân hay là cái tôi, chỉ có kinh nghiệm về những động tác và cảm giác đụng chạm mà thôi.

Yếu tố nước tiêu biểu cho tính chất lưu loát và kết hợp. Yếu tố này có công năng giữ cho sự vật được gắn bó với nhau. Cũng như khi bạn cầm đến bột khô, chúng rời rạc, lả tả. Nhưng khi bạn chế vào một chút nước, chúng sẽ lập tức dính lại với nhau. Yếu tố nước rất quan trọng, bởi nó gắn bó tất cả những yếu tố vật chất khác lại với nhau.

Cùng với *tứ đại,* chúng ta có thêm bốn tính chất phụ thuộc nữa là *màu sắc, mùi, vị* và *bổ dưỡng.* Cả thế giới vật chất chung quanh ta có thể được kinh nghiệm qua những yếu tố vừa kể. Chúng ta có thể nhận thức được chúng mà không cần dùng đến tư tưởng. Sàn nhà không có thật. Sàn nhà chỉ là một ý niệm, một tên gọi. Cái mà ta kinh nghiệm được là cảm giác cứng, lạnh hoặc màu sắc khi ta nhìn đến nó. Mắt ta nhìn thấy màu sắc. Mắt ta không nhìn thấy một tên gọi. Khi chúng ta bước ra ngoài sân, đa số thấy *cây cỏ,* nhưng đó chỉ là một ý niệm về những đối tượng mà ta nhìn thấy. Cái mà ta thật sự thấy là hình dáng và màu sắc. Rồi tâm ta dán cho nó một nhãn hiệu là *cây cỏ. Thân* cũng chỉ là một ý niệm. Khi ta ngồi thiền, *thân* biến mất. Lúc ấy ta chỉ kinh nghiệm những cảm giác *nóng, lạnh, đau nhức...* những hoạt động của các yếu tố biến chuyển không ngừng trong sự vô thường.

Sự tu tập thiền quán có khả năng giúp ta ý thức được sự vật trên một bình diện kinh nghiệm trực tiếp chứ không bằng ý niệm qua tư tưởng. Cho nên khi ta nhìn một vật gì, ta sẽ ý thức được màu sắc, hình dạng của chúng. Khi ta đụng chạm một vật gì, ta sẽ trực tiếp cảm giác về nó mà không bị dính mắc vào ý niệm, hay là để những thành kiến của mình xen vào sự nhận xét.

Ý niệm lúc nào cũng được giữ nguyên mà thực tại thì luôn thay đổi. Ý nghĩa của chữ *thân* thì bao giờ cũng vậy, nhưng chính *thân* ta thì mỗi phút một đổi khác. Những khái niệm luôn cứng nhắc không thay đổi. Nhưng khi ta kinh nghiệm sự việc xảy ra chung quanh, ta sẽ nhận thấy được sự biến chuyển cùng tính chất vô thường của mọi vật, sự sinh diệt của mọi cảm giác. Kinh nghiệm được mọi sự trong chánh niệm sẽ làm lộ ra chân tướng vô thường của chúng. Còn khi chúng ta còn mê mờ trong vòng ý niệm, ta sẽ bị dính mắc trong ảo tưởng, cho rằng mọi vật là lâu bền, thường hằng. Chính sự dính mắc này đang trói buộc ta trong vòng sinh tử luân hồi.

Bước đầu của sự tu tập thiền quán, phát triển trí tuệ là kinh nghiệm được hiện thực chứ không phải chỉ là bóng dáng của nó. Được như vậy, tự thể của mọi vật sẽ tự nhiên hiện rõ ra trước mắt.

2. Tâm:

Thực tại tuyệt đối thứ hai là *tâm*. Tâm là khả năng hiểu biết, ý thức về một đối tượng nào đó. Có người cho rằng trong ta có một tâm thức duy nhất, hiện diện từ lúc sinh ra cho đến khi chết. Tâm thức này được ví như là một quan sát viên, biết hết mọi chuyện xảy ra trong cuộc đời chúng ta. Và rồi ý niệm này dẫn tới kiến chấp về một *cái ngã, cái tôi* bất biến, thường hằng trong mỗi người. Đó cũng bởi vì tâm ta không tĩnh lặng đủ để quan sát tiến trình của sự hiểu biết. Tâm thức sinh ra rồi diệt đi trong mỗi giây phút. Không có một tâm thức duy nhất nào hiện diện từ đầu cho đến cuối, mỗi giây phút đều có những tâm thức sinh ra rồi diệt đi.

Cái *thức* dùng để nghe (*nhĩ thức*) khác với cái *thức* dùng để thấy (*nhãn thức*), hay để ngửi (*tỷ thức*), hay để nếm (*thiệt thức*), hay để suy nghĩ (*ý thức*). Mỗi giây phút đều có những tâm thức khác nhau thống trị. Sau một thời gian tu tập, khi tâm ta tĩnh lặng, ta sẽ có thể kinh nghiệm được tiến trình này của tâm. Dùng trí tuệ soi sáng dòng biến chuyển vô thường của tâm thức, ta sẽ thấy được trong ta không có một cá nhân hay một quan sát viên nào cả, chỉ là một diễn biến liên tục thay đổi trong từng giây phút. Đến giai đoạn này, ta sẽ phá vỡ được ảo vọng về một *cái tôi* thường hằng có thật.

3. Tâm sở:

Thực tại tuyệt đối thứ ba là *tâm hành* hay *tâm sở*. *Tâm hành* là tính chất của tâm quyết định một phương thức để đối phó với các đối tượng. Mỗi khi trong ta có một tâm thức nào khởi lên, là có nhiều tâm hành khác nhau cùng sinh khởi theo trong lúc ấy, và chúng cũng diệt theo khi tâm thức ấy chấm dứt. *Tham, sân, si* là ba *tâm hành* căn bản, là gốc rễ những khổ đau của chúng ta. Mọi hành động xấu đều được xúi giục bởi một trong ba *tâm hành* này. Lấy một thí dụ, *tâm tham* có đặc tính là bám víu vào đối tượng. Khi *tâm tham* nổi lên trong ta, nó có khả năng khiến cho ta muốn chiếm hữu, gom góp, bám víu, đeo đuổi vào bất cứ chuyện gì ta đang làm. Đó chỉ là tính cách tự nhiên của *tâm tham*. Không có *người tham*, không có *cái ngã, cái tôi* nào đứng phía sau đó cả, mà chỉ là kết quả của một *tâm hành* đang hoạt động.

Tâm sân cũng là một *tâm hành* có đặc tính tự nhiên là thù ghét, chối bỏ đối tượng. Lòng ghen tức, bực mình, giận dữ, bất an, chối bỏ đều là những trạng thái của *tâm sân*. Lòng sân cũng không phải thật là *ta* hay *của ta*, nó chỉ là một *tâm hành* sinh ra rồi diệt đi.

Tâm si là một *tâm hành* có khả năng làm mờ mịt nhận thức, khiến ta không thể thấy rõ được đối tượng. Ta không ý thức được những gì đang xảy ra trong giờ phút hiện tại.

Ngược lại ta cũng có ba *tâm hành* có khả năng đem lại hạnh phúc là *tâm xả, tâm từ* và *trí tuệ*. *Tâm xả* có tính chất tự nhiên là rộng lượng, không hối tiếc, không thu giữ. *Tâm từ* là lòng thương yêu, thân thiện với người khác. *Trí tuệ* là tâm tỉnh thức có khả năng nhìn rõ mọi sự vật. Nó được ví như một ngọn đèn sáng trong tâm. Khi bạn đi vào một căn phòng tối, bạn không nhìn thấy được những vật chung quanh, nên thường bị vấp ngã. Khi bật đèn lên, mọi vật sẽ trở nên sáng tỏ và được phân biệt rõ ràng. Đấy là công năng soi sáng tâm của trí tuệ, để ta có thể nhận diện rõ ràng cả nội dung lẫn tiến trình của thân và tâm.

Tất cả những *tâm hành* vừa kể đều có chung hai đặc tính là *vô ngã* và *vô thường*. Không có một cá nhân nào tham lam, không có một người nào sân hận, cũng không có một ai là trí tuệ hay từ bi. Chỉ có một hiện tượng tâm thức sinh khởi, kéo theo nó một số *tâm hành* và hoạt động theo công năng của nó. Như vậy thì ý niệm về một *cái tôi* phát xuất từ đâu? Tại sao chúng ta lại bị chi phối bởi *cái tôi* này nhiều đến thế?

Trong số những *tâm hành* có một *tâm hành* gọi là tà kiến. Công năng của *tà kiến* là nhận những yếu tố thay đổi không ngừng của *thân* và *tâm* này là mình. Bởi thế cho nên, khi có một tâm thức nào khởi lên và kéo theo tâm hành tà kiến này, ý niệm về một *cái tôi* sẽ phát sinh. Nhưng cũng giống như mọi tâm hành khác, nó *vô ngã* và *vô thường*, sinh khởi rồi diệt đi. Một khi ta có chánh niệm trong giây phút hiện tại, *tà kiến* sẽ không thể sinh khởi và ta có khả năng thoát ra khỏi sự trói buộc của những khái niệm về *cái tôi* và *vật của tôi*. Mỗi giây phút chánh niệm là một giây phút *vô ngã* và *chân thật*.

Một câu hỏi thường được đặt ra trong những khóa tu là: "*Như vậy, ai là người đang giữ chánh niệm?*" Thật ra thì chánh niệm cũng là một *tâm hành*. Công năng của nó là nhận diện đối tượng và ý thức được giây phút hiện tại. *Gurdjieff* gọi tính chất này là *tự niệm*. Không có một cá nhân nào giữ chánh niệm hết, chỉ có sự hoạt động của một tâm hành có công năng nhận diện đối tượng mà không dính mắc, ghét bỏ hay ưa thích. Một khi *chánh niệm* được phát triển, ta sẽ thấy rằng mọi hiện tượng đều chuyển tiếp và không có một *cái tôi* nào trong đó hết.

Sự hiện hữu của chúng ta giống như là một trò chơi ráp hình vĩ đại, gồm những miếng hình nhỏ rời rạc mà ta phải sắp xếp lại cho thứ tự, thành một tấm hình lớn có ý nghĩa. Những miếng hình nhỏ rời rạc ấy là *tứ đại*, *tâm* và *tâm hành*. Khi sắp xếp những yếu tố ấy lại với nhau theo một thứ tự nào đó, ta sẽ có được *đàn ông*, *đàn bà*, *cây cối*, *nhà cửa*... Nhưng đó chỉ là những tấm hình lớn làm thành bởi những miếng nhỏ hơn, một *khái niệm* mà thôi. Chính những nguyên tố căn bản của *thân* và *tâm*, những năng lượng đứng phía sau biến đổi, chuyển hóa, mới chính là hiện thật kinh nghiệm của ta.

4. *Niết-bàn:*

Thực tại tuyệt đối thứ tư là *Niết-bàn. Niết-bàn* là kinh nghiệm của một người đã hoàn toàn giải thoát khỏi mọi xiềng xích, bước ra khỏi hang tối và sống tự tại dưới ánh mặt trời. Một người đã giải thoát ra khỏi mọi sự trói buộc của thân và tâm.

Tất cả những thực tại tuyệt đối vừa kể đều có thể kinh nghiệm được. Những văn tự mà ta dùng để diễn tả chúng chỉ là ngón tay dùng để chỉ mặt trăng. Kinh nghiệm của thiền quán sẽ giúp ta kinh nghiệm được những hiện thực này, điều ấy hoàn toàn thoát ra ngoài văn tự. Chúng ta ai cũng đang ở trên một tiến trình phá tung những xiềng xích, kìm giữ ta trong một hang tối si mê.

Trong sự tu tập sẽ có những lúc bạn cảm thấy hình như không có một việc gì xảy ra hết, có chăng chỉ là những đau đớn, khó chịu, bực dọc và nghi ngờ. Nhưng thật ra mỗi giây phút chánh niệm, mỗi giây phút tỉnh thức của bạn đang làm yếu đi sợi dây xích trói buộc. Chúng ta đang dần dần tích tụ một năng lực tỉnh thức, đến khi chánh niệm và định lực phát triển, tâm ta sẽ trở nên vô cùng vững mạnh và sáng suốt. Chỉ cần kiên nhẫn, thật kiên nhẫn, rồi chúng ta sẽ kinh nghiệm được thế nào là tiến trình của thân tâm, kinh nghiệm thoát ra ngoài mọi khái niệm, không còn bị vướng mắc vào một *cái tôi* nào hết, bước ra khỏi hang tối, tự tại dưới ánh mặt trời của tự do và an lạc.

Hỏi: Xin cho biết ta đã đi từ thực tại tuyệt đối đến sự suy nghĩ bằng những khái niệm qua cách nào? Làm sao mà ta lại có thể đi xa một sự thực giản dị như vậy?

Đáp: Bạn đừng nghĩ sự việc xảy ra giản dị như là chúng ta đã rơi từ một trạng thái sáng suốt vào một trạng thái mê mờ. Không phải như vậy. Tâm tham đắm và si mê là hai nguyên nhân chính giữ chúng ta trong vòng sinh tử từ vô thủy đến giờ, chúng là động lực kéo ta xoay vòng theo bánh xe luân hồi. Tìm hiểu lý do không ích lợi gì cho bản thân ta cả. Chúng ta phải chấp nhận rằng, hiện trạng bây giờ của mình mới chính là vấn đề quan trọng trước mắt cần phải được giải quyết. Có một con đường để giải thoát là diệt các tâm *tham*, *sân* và *si*. Con đường ấy là con đường chánh niệm, tỉnh thức, biết chú ý đến mọi việc đang xảy ra trên một bình diện kinh nghiệm thuần túy.

Hỏi: Làm sao ta có thể sống trong cuộc đời mà không cần đến khái niệm được?

Đáp: Xin bạn đừng hiểu lầm điều này. Chúng ta phải dùng đến khái niệm, nhưng điều tôi muốn nói là một khi ta kinh nghiệm điều gì vượt ra ngoài khái niệm của mình, ta thường không thể chấp nhận được. Chúng ta phải biết sử dụng những tiến trình trong tâm thức của mình để đối phó với thế giới bên ngoài, với cuộc đời mình sao cho hữu hiệu. Chân lý hay sự thật có hai bình diện. Một là *sự thật quy ước*, có nghĩa là những sự thật được diễn tả bằng khái niệm như là *nam nữ*, *thời gian*, *không gian*, *ta và người khác*... Bình diện thứ hai là *sự thật tuyệt đối* bao gồm bốn thực tại mà ta đã nói đến ở trên. Chúng ta dùng khái niệm, nhưng đừng nô lệ chúng. Chúng ta phải nhớ rằng chúng chỉ là những sự thật quy ước, và đứng sau chúng mới thật là chân lý. Ở *Bồ-đề Đạo Tràng*, nơi chúng tôi tu học có một con voi. Những khi chúng tôi đi xuống chợ, chúng tôi thường gặp con voi này thong thả đi ngược về phía mình. Chúng tôi thiền hành trong chánh niệm, chậm chạp, chú ý đến từng bước chân. Khi thấy con voi đi ngược lại, chúng tôi không thể chỉ đứng im đấy mà niệm "*thấy, thấy*", chúng tôi phải tránh sang chỗ khác. Sử dụng tiến trình tư tưởng của mình phải đúng chỗ.

Hỏi: Cảm xúc là gì?

Đáp: Cảm xúc là những *tâm hành* khác nhau. *Ghen, giận, thương yêu, vui, buồn...* đều là những *tâm hành*. Tất cả mọi cảm xúc đều có tính cách *vô ngã*. Không có ai đứng sau chúng cả. Không có người nào giận, không có ai đang thương yêu... chỉ là sự chuyển vận của những *tâm hành*, theo những cách khác nhau.

Hỏi: Những điều kiện nào làm phát sinh chánh niệm?

Đáp: Trí tuệ, hay là nhận thức được sự thật về hiện trạng của mình và thấy được con đường giải thoát. Sự tinh tấn, cố gắng là điều kiện phát sinh chánh niệm. Niềm tin và sự tự tin cũng là điều kiện phát sinh ra sự cố gắng, tinh tấn tu tập chánh niệm.

Hỏi: Xin nói thêm về tình thương yêu?

Đáp: Cái *"không"* diễn tả được tình yêu, bởi vì trống không có nghĩa là *vô ngã*. Khi không có *cái tôi* thì sẽ không có sự phân biệt *người khác*. Sự phân biệt nhị nguyên này được tạo nên bởi ý niệm về *cái tôi*. Khi không còn *cái tôi* thì tất cả trở thành một, đồng nhất. Và khi ta không còn nghĩ rằng: *"Tôi đang thương yêu một người khác"*, tình thương sẽ trở thành một diễn tả tự nhiên cho sự đồng nhất đó.

Hỏi: Khi tôi có chánh niệm về chính tâm thức của mình, cái gì có chánh niệm?

Đáp: Chánh niệm là một *tâm hành* có công năng ghi nhớ đối tượng, không để cho tâm rơi vào sự quên lãng. Chánh niệm có thể được dùng để nhận diện một đối tượng hay là quay lại nhận diện chính nó, chủ thể của đối tượng, hay nói cách khác chính sự nhận biết đó. Nói chung thì quan sát một đối tượng vẫn dễ dàng cho ta hơn, bởi vì ít nhất ta còn có thể đụng chạm nó được. Đến khi tâm ta thật tĩnh lặng, ta sẽ có khả năng quan sát được chính sự sinh diệt của tâm thức mình. Lúc này, mọi kinh nghiệm sẽ trở nên rất là ngộ nghĩnh, bởi vì ta đã phá vỡ được sự đồng hóa mình với nhận thức, với sự hiểu biết, với *cái tôi*, một cái *ngã chấp* rất là sâu kín. Nếu chúng ta ngồi lại quan sát tiến trình của một hiện tượng, nhưng vẫn nghĩ rằng trong ta có một chủ thể quan sát đang làm chuyện đó, thì điều ấy không khó khăn gì. Nhưng thật ra không có ai làm việc quan sát cả. Chỉ có nhận thức phát sinh lên, rồi diệt đi trong mỗi giây phút. Sự nhận thức hay tâm thức ấy cũng chỉ là một tiến trình. Nó *vô thường, vô ngã*, không có *cái tôi* nào hết.

Hỏi: Trí nhớ là gì? Nó hoạt động ra sao?

Đáp: Trí nhớ là một hoạt động rất phức tạp của một số tâm hành, trong đó chủ yếu là sự nhận thức. Nhận thức là một tâm hành có công năng nhận biết, phân biệt được những đặc tính riêng biệt của đối tượng. Nhờ nhận thức mà ta có khả năng nhận biết được một đối tượng bằng những kinh nghiệm trong quá khứ. Trí nhớ là một nhóm tư tưởng nhận thức về đối tượng đã xảy ra trong quá khứ.

Hỏi: Vì đâu mà mỗi người có một khuynh hướng hành động khác nhau?

Đáp: Nếu ta tiếp tục hành động theo một ý chí nào đó, sau thời gian dài điều này sẽ tạo nên một khuynh hướng. Ngay bây giờ chúng ta đang củng cố chánh niệm, định lực và trí tuệ, tức là chúng ta đang tạo một khuynh hướng tiến về sự hiểu biết và trí tuệ. Cũng vậy, trong quá khứ ta đã lặp đi lặp lại một số hành động, ý muốn nào đó, chúng dần dần tạo nên những tánh tình khác nhau trong mỗi chúng ta. Từ đó, chúng ta mỗi người có một khuynh hướng làm một số việc khác nhau. Tánh tình của ta là di sản của những khuynh hướng này. Nhưng tánh tình không phải là một khuynh hướng duy nhất, mặc dù có thể là một *tâm hành* nào đó đang chi phối mạnh hơn trong lúc ấy. Một người nào tham muốn, có nghĩa là tiếp tục đeo đuổi, bám víu, dính mắc vào đối tượng trong thất niệm, sẽ bị tâm hành tham lam chi phối. Rồi dần dần sự tham lam ấy sẽ hiển lộ ra trong hành động của anh ta. Ngược lại, khi ta thực tập xả bỏ và từ bi, dần dần những tâm hành này sẽ trở nên vững mạnh và chúng sẽ biểu lộ ra trong tánh tình của ta.

Hỏi: Còn ý chí thì ở đâu?

Đáp: Sự chọn lựa là một tâm hành khác nữa. Những tâm hành đều có liên hệ với nhau một cách vô cùng phức tạp. Trong đó có sự lựa chọn, tiến trình quyết định, sự cố gắng. Mỗi tâm hành đều có một công năng và tính chất đặc biệt. Một trong những nguyên nhân gần nhất cho việc thiết lập chánh niệm là được nghe giáo pháp của đức Phật. Nó trở thành một nguyên nhân khơi dậy tâm hành tinh tấn. Đức Phật thường nhắc nhở về những lợi ích lớn lao cho những ai được nghe giáo pháp của ngài. Chúng sẽ khơi dậy trong ta sự cố gắng tu tập, phát triển chánh niệm. Mọi tâm hành, kể cả *"ý chí"*, đều có sẵn tiềm ẩn trong tâm chúng ta. Chúng ta không cần phải làm gì để tạo ra chúng. Vấn đề là ta muốn trau dồi, đào luyện tâm hành nào. Những quyết định chánh đáng có được là nhờ học hỏi nơi giáo lý, hiểu được sự thật. Điều này là động lực thúc đẩy ta tu tập theo con đường chánh niệm và tỉnh thức, phát triển trí tuệ và hiểu biết. Trong kinh có nói rằng: *"Có hành động nhưng không có người hành động, có việc làm nhưng không có người thực hiện, có khổ đau nhưng không có người chịu khổ, có giải thoát nhưng không có người giác ngộ."*

Hỏi: Trí thông minh là gì?

Đáp: Thông minh là một khái niệm về tư tưởng trên bình diện tâm thức. Ta có thể đào luyện, phát triển và sử dụng nó. Nhưng nó cũng có thể là một trở ngại. Tất cả đều tùy theo ta có khả năng hiểu được tiến trình của tư tưởng đến mức nào. Nếu chúng ta hiểu được đặc tính của nó, nó sẽ không là một chướng ngại. Nhưng nếu chúng ta nhận lầm ý nghĩ về sự vật với chính sự vật, nó sẽ trở thành một chướng ngại, bởi vì ta đã lầm lẫn giữa *khái niệm* và *thực tại*. Nhưng sự thông minh tự nó cũng chỉ là một phần nhỏ của tiến trình tâm, thân. Tam tổ Tăng Xán của Thiền Trung Hoa có viết: "*Đạo giác ngộ không phải khó đạt, chỉ do nơi sự phân biệt chọn lựa. Chỉ cần dẹp bỏ hết lòng thương ghét thì tự nhiên được sáng suốt thấu đáo.*"[1]

Buổi sáng thứ sáu

Bài thực tập: Đối tượng của cảm giác

Khi bạn ngồi thiền, nếu có những hình ảnh nào hiện ra trong đầu, chỉ cần niệm thầm: "*thấy, thấy...*", đừng bao giờ để ý phê bình, hay phân tích nội dung của chúng. Chỉ nên quan sát sự sinh ra và diệt đi của những hình ảnh đó. Khi bạn nghe một âm thanh nào, bạn niệm thầm "*nghe, nghe...*", không nên đi tìm hiểu nguyên nhân hay hình thành một khái niệm nào hết. Khi mũi ngửi thấy mùi thơm hay mùi hôi, bạn cũng chỉ niệm thầm "*ngửi, ngửi...*", và rồi trở lại với hơi thở của mình. Bạn chú ý đến đối tượng chánh của thiền quán cẩn thận bao nhiêu, thì bạn sẽ có thể nhận diện sự phát hiện của những đối tượng thứ yếu khác dễ dàng bấy nhiêu.

---

[1] Nguyên tác Hán văn: 至道無難，唯嫌揀擇 。但莫憎愛, 洞然明白 。
(Chí đạo vô nan, duy hiềm giản trạch. Đãn mạc tăng ái, đỗng tự minh bạch.)
Tín tâm minh - Tam tổ Tăng Xán.

Buổi tối thứ bảy

Những mẩu chuyện

Một phương pháp để phát triển sự tỉnh thức và chánh niệm là gia tăng nhịp độ ghi nhận của mình. Trong thời gian bắt đầu tu tập, sự ghi nhận của ta rất là rời rạc. Bạn ghi nhận một chuyện đã xảy ra, rồi một lát sau bạn mới ghi nhận được sự có mặt của một đối tượng khác. Công phu tu tập của bạn tiến bộ nhờ ở sự gia tăng nhịp độ ghi nhận của bạn. Đến một lúc, bạn sẽ có khả năng ghi nhận trong từng giây phút mọi sự việc xảy đến với bạn. Có lúc đối tượng là hơi thở ra vào, có lúc là những cảm giác trong thân, có lúc đó là hình ảnh hay tư tưởng... Theo dõi mọi biến chuyển của hiện tượng trên một bình diện vi tế là một đặc tính của chánh niệm mà phương pháp tu tập này đem lại. Đức Phật có kể chuyện một người tử tội buộc phải đội trên đầu một lọ nước đầy ắp, đi bộ ngang qua một phố chợ chen chúc người. Phía sau anh ta là một người lính cầm gươm đi theo. Chỉ cần một giọt nước rơi xuống đất là người lính sẽ chặt đầu anh ta lập tức. Lẽ dĩ nhiên người tử tội này sẽ bước đi rất là có chánh niệm. Nhưng anh ta cũng không được trịnh trọng gò bó quá, chánh niệm của anh ta phải tự nhiên. Bởi chỉ cần một sự cố gắng nhỏ của anh ta cũng có thể làm chao động lọ nước đang đội trên đầu. Anh ta phải giữ thoải mái và nhịp nhàng, uyển chuyển theo hoàn cảnh chung quanh, nhưng vẫn có chánh niệm trong mỗi giây phút. Bạn cũng vậy, đây là một thái độ mà bạn nên có trong sự tu tập chánh niệm của mình: có ý thức một cách thoải mái, tự nhiên.

Công phu tu tập giữ chánh niệm trong từng giây phút đòi hỏi một sự cố gắng luyện tập. Nhưng đây không phải là một cố gắng để đạt đến một mục đích nào ở tương lai. Sự cố gắng ở đây là sống trong hiện tại, chú ý với một tâm bình thản những gì đang xảy ra trong giờ phút này. Có một thiền sinh theo học thiền được một thời gian. Một hôm, anh ta tìm đến thăm vị thầy của mình. Hôm ấy trời mưa. Anh ta để cây dù và giày của mình bên ngoài cửa, rồi đi vào trong. Sau khi anh đảnh lễ, vị thầy liền hỏi anh đã để cây dù bên phía nào của đôi giày. Anh bối rối, không trả lời được. Vị thầy bắt anh trở về tu tập thêm.

Vấn đề quan trọng là ta phải đào luyện cho mình một chánh niệm sâu sắc và đều đặn trong bất cứ việc gì ta làm, từ lúc thức dậy cho đến khi đi ngủ. Lúc vừa thức giấc, ta phải lập tức chú ý đến hơi thở *"phồng, xẹp"* hay *"ra, vào"*, và bắt đầu từ giây phút ấy chú ý đến mọi cử động như: xuống giường, đánh răng, rửa mặt, rồi bước đi, ngồi xuống, đứng dậy, đi ăn... Theo dõi từng hành động một. Khi nằm xuống ngủ, ta hãy chú ý vào sự *"phồng, xẹp"* hay *"ra, vào"* của hơi thở cho đến khi đi vào giấc ngủ. Sự luyện tập này đem đến một lợi ích rất lớn lao cho sự tu tập thiền quán của chúng ta. Nếu ta nghĩ rằng ngoài thời gian ngồi thiền ra còn những lúc khác không quan trọng, đó là ta đã làm mất đi tính liên tục trong sự tu tập của mình. Đào luyện một sự chú ý rõ ràng vào từng hành động trong ngày giúp tâm ta lúc nào cũng được tập trung và yên tĩnh. Nhờ ở sự quyết chí và cân bằng nơi tâm như thế mà đạt đến trạng thái giác ngộ.

Không có một thời gian nào, hoàn cảnh nào lại không đáng để cho ta giữ chánh niệm. Sự giác ngộ có thể đến với ta trong bất cứ giây phút nào, khi tâm ta đã chín mùi và hoàn toàn quân bình, hòa hợp.

Ngài *Ananda* là thị giả của đức Phật. Ngài có bổn phận chăm sóc và lo cho những nhu cầu của đức Phật. Nhưng vì thế mà ngài xao lãng công phu tu tập. Tất cả những người bạn của ngài trong giáo đoàn đều đắc quả, duy có ngài là vẫn chưa đắc quả. Cho đến khi đức Phật nhập diệt, ngài mới dành nhiều thì giờ cho việc tu tập thiền quán của mình.

Một thời gian sau khi đức Phật nhập diệt, các vị sư trong giáo đoàn cho triệu tập một đại hội để ghi chép lại lời dạy của đức Phật. Họ chọn ra 499 vị sư, tất cả đều đã giác ngộ, có đầy đủ thần thông, và ngài *Ananda*. *Ananda* được chọn vì ngài lúc nào cũng có mặt bên cạnh đức Phật trong những lúc thuyết pháp, và ngài có một trí nhớ rất đặc biệt. Thế cho nên mặc dù ngài chưa giác ngộ, nhưng ngài là người rất cần thiết cho đại hội. Khi gần đến ngày hội, tất cả các bạn của *Ananda* đều khuyên ngài nên gia tăng công phu tu tập của mình.

Trong đêm chót trước ngày đại hội triệu tập, ngài bỏ ăn bỏ ngủ, tinh tấn công phu. *Ananda* đi kinh hành suốt đêm, theo dõi từng bước chân của mình. Nửa đêm, canh một rồi canh hai qua, vẫn chưa có chuyện gì xảy ra. Đến canh bốn, ngài nhìn lại tình trạng của mình. Là một đệ tử thông minh của Phật, học rộng hiểu nhiều. *Ananda* phải biết tâm mình giờ này đã mất đi sự quân bình. Ngài đã cố gắng quá sức mà không có sự hỗ trợ đầy đủ của định lực và sự an tĩnh. Trong tâm ngài có quá nhiều mong mỏi và vọng động. *Ananda* quyết định đi nằm trong chốc lát để đem lại chút quân bình trong tâm. Trong chánh niệm, ngài đi về giường của mình, vẫn theo dõi từng cử động một. Chuyện kể lại rằng, vừa khi đầu *Ananda* chạm vào gối, chân ngài vẫn chưa đặt lên giường, trong giây phút ấy ngài đột nhiên giác ngộ. Theo với sự giác ngộ ấy, ngài chứng đắc lục thông. Và từ giây phút ấy cho đến sáng, ngài được nếm mùi vị an lạc của *Niết-bàn*, giải thoát. Buổi sáng ra, ngài hóa thân mình xuất hiện trước đại hội, lúc ấy mọi người đều hiểu rằng *Ananda* đã đắc đạo.

Không ai có thể đoán được tấm màn vô minh sẽ được phá tan vào lúc nào. Nó có thể xảy ra trong khi ta đặt lưng xuống ngủ. Hãy giữ chánh niệm luôn luôn. Trong từng giây phút, hãy quán sát, tỉnh thức nhìn những sự việc đang xảy ra. Sự luyện tập này, ngày qua ngày sẽ tạo cho tâm ta một sức mạnh phi thường. Bạn hãy lợi dụng khóa tu này đến mức tối đa, đừng phung phí thì giờ hay nghĩ rằng mình công phu như vậy là đủ rồi. Tối đến, nếu bạn không cảm thấy buồn ngủ, hãy cứ tiếp tục công phu. Thường thường những giờ khuya lại thích hợp nhất cho việc thiền quán. Hãy tinh tấn, cố gắng tối đa nhưng cũng nhớ đừng thúc đẩy hay gò bó quá.

Khi tôi còn ở Ấn Độ, trong thời gian đầu tu tập, đối diện phòng tôi có một người bạn. Anh ta là một người kiên trì gương mẫu. Mỗi khi tôi gặp anh, là thấy anh đang ngồi thiền. Mỗi đêm đến chín, mười giờ là tôi sửa soạn đi ngủ. Nhưng nhìn sang phòng anh ta, tôi thấy vẫn còn ánh đèn. Điều này khiến tôi phấn khởi tiếp tục công phu, cho nên tôi đứng dậy và đi kinh hành. Sau khi đi kinh hành, đầu óc tôi trở nên sáng suốt và tôi có thể ngồi thêm vài tiếng nữa. Tôi thay đổi giữa đi kinh hành và ngồi thiền. Nhờ thế, tôi có thể cố gắng đến hết sức mình, và điều đó rất hữu ích. Sự hòa hợp giữa định lực và chánh niệm trong ngày sẽ khiến cho tâm ta vào cuối ngày, nhất là những đêm khuya, trở nên vô cùng sắc bén. Nếu bạn cảm thấy được điều này, xin bạn hãy tiếp tục công phu. Ngồi thiền và đi kinh hành càng nhiều càng tốt. Còn có rất nhiều sự việc, rất nhiều bình diện tâm thức để cho bạn kinh nghiệm.

Tại những trung tâm thiền viện ở Miến Điện, các thiền sinh mới chỉ ngủ có bốn giờ mỗi ngày, rồi khi sự tu tập tiến bộ, họ dần dần bớt lại. Chúng ta đừng để bị trói buộc bởi thói quen, cho rằng nếu không ngủ đủ bảy, tám tiếng một ngày ta sẽ mệt mỏi không còn sức làm gì nữa. Đó chỉ là khuôn mẫu của một thói quen cũ. Trong một ngày nếu tâm ta lúc nào cũng quân bình, không bám víu, không ghét bỏ, không đánh mất chính mình, chúng ta sẽ không bị mệt mỏi hay căng thẳng nhiều. Vị thầy của tôi kể rằng khi ông còn tu ở Miến Điện, có một thời gian ông không ngủ trong năm ngày liên tiếp mà không hề cảm thấy mệt. Ông tu tập đều đặn và nhịp nhàng, thực hành pháp môn *Minh sát tuệ* (*Vipassana*), con đường chánh niệm mà chúng ta đang theo đây.

Hãy lưu ý đến những nhu cầu của thân thể bạn, nhưng nếu bạn không cảm thấy mệt hay buồn ngủ, cứ tiếp tục thực hành cho tới khuya.

Buổi sáng thứ tám

Bài thực tập: Tác ý

Ý muốn là một yếu tố thông thường, lúc nào cũng có mặt trong tâm ta. Khi nào nó khởi lên, ta phải ghi nhận nó. Ý muốn, hay còn gọi là tác ý, là một sự thúc giục trong tâm, một dấu hiệu đi trước bất cứ một hành động nào. Khi ta có chánh niệm, nhận diện được ý muốn hay tác ý của mình, ta sẽ có sự tự do lựa chọn: hành động hay không hành động theo chúng. Còn nếu ta sống trong quên lãng không biết đến sự có mặt của tác ý, ta sẽ bị chúng sai xử một cách máy móc.

Thí dụ, khi bạn đang ngồi thiền, trước khi bạn đứng dậy, bao giờ cũng có một tác ý muốn đứng lên. Nếu bạn ghi nhận được tác ý này, nó sinh lên rồi diệt đi, có lẽ bạn vẫn còn tiếp tục ngồi thiền. Bởi vì bạn đã có chánh niệm, ý thức được nó, chứ không cho nó là mình. Còn nếu tác ý khởi lên, nhưng vì thiếu chánh niệm, bạn sẽ thấy mình đứng lên mà chẳng nhớ vì sao. Mọi hành động khác của ta cũng vậy. Thế cho nên mỗi khi có một tác ý nào khởi lên, như khi đổi oai nghi của thân thể giữa đi, đứng, nằm, ngồi, ta phải nhớ có chánh niệm về chúng. Trong khi đi, bao giờ ta cũng có tác ý muốn dừng lại trước khi thật sự dừng. Ta có tác ý đổi hướng trước khi quay người lại.

Chúng ta không cần phải niệm tác ý của từng bước chân một, nhưng mỗi khi đi kinh hành đến cuối đoạn đường, ta nên ghi nhận tác ý muốn đổi hướng, trước khi bắt đầu quay người lại. Bàn chân tự nó không thể cử động quay lại được. Nó quay lại bởi vì có một tác ý đi trước.

Chúng ta có thể đạt được một sự hiểu biết về lý nhân quả, giữa sự liên hệ của thân và tâm, bằng những quan sát như thế này. Đôi khi thân là *nhân* mà một trạng thái của tâm là *quả*. Và đôi khi tâm là *nhân*, một cử động của thân là *quả*. Một tác ý muốn quay người lại khởi lên, rồi bàn chân đưa qua. Không có một cá nhân nào ở đó hết, không có ai làm công việc quay người lại cả. Sự liên hệ giữa *nhân* và *quả* hoàn toàn có tính cách *vô ngã*. Nhưng bởi vì chúng ta thường không có chánh niệm về hành động của mình, không thấy rõ tiến trình của mỗi cử động, nên chúng ta sẽ dễ dàng bị đồng hóa với nó, cho rằng có một *cái ta* làm chuyện đó.

Giả sử như bạn cảm thấy lạnh, bạn đi khoác thêm một chiếc áo ấm. Cảm giác ở thân làm khởi lên một ý muốn làm cho thân được ấm. Ý muốn này làm khởi lên một tác ý đi lấy thêm chiếc áo. Tác ý đó làm cho thân cử động. Chánh niệm được những tác ý này, sẽ giúp cho ta phát triển thêm sự hiểu biết về những liên hệ giữa các tiến trình hoạt động của thân và tâm.

Trong khi ngồi thiền bạn có thể ghi nhận được sự có mặt của tác ý trước mỗi hành động. Nếu bạn đổi thế ngồi, sẽ có một tác ý khởi lên để làm chuyện đó. Nếu bạn nuốt nước miếng, cũng sẽ có một tác ý đi trước. Nếu bạn mở mắt ra, thì cũng sẽ có tác ý muốn mở mắt xảy ra trước đó. Tất cả những tác ý này đều phải được ghi nhận. Nhưng tác ý không phải bao giờ cũng là những ý nghĩ trong đầu, không phải luôn luôn là câu nói. Tác ý có nhiều khi là một sự thúc giục, một dấu hiệu báo cho ta biết có một chuyện gì sắp sửa xảy ra. Bạn không cần phải tìm kiếm tư tưởng, lời nói trong đầu. Hãy ý thức được những động lực thúc đẩy ta làm những chuyện ấy. Và một khi bạn bắt đầu ghi nhận được mối liên hệ giữa nhân và quả xảy ra trong thân và tâm, ý niệm về một *cái tôi* sẽ dần dần hòa tan vào dòng biến hóa giản dị và tự nhiên của các yếu tố.

Buổi sáng thứ chín

Bài thực tập: Ăn trong chánh niệm

Có rất nhiều diễn biến của thân và tâm xảy ra trong khi ta ăn. Điều quan trọng là ta phải ý thức được thứ tự của diễn tiến ấy. Nếu không, tâm ta sẽ khởi lên sự ham muốn, tham lam đối với thực phẩm. Và khi ta thiếu chánh niệm, ta sẽ không thực sự thưởng thức được các món ăn. Nhai được đôi ba miếng là tâm ta đã chu du đến tận phương nào rồi.

Điều trước nhất trong khi ăn là ta phải nhìn thấy món ăn của mình. Niệm thầm trong đầu *"thấy, thấy"*. Kế đó là một tác ý muốn gắp đồ ăn. Ta phải niệm *"muốn, muốn"* hay là *"tác ý, tác ý"*. Rồi tác ý này là động lực khiến tay ta cử động, *"đưa lên, đưa lên"*. Khi đũa hay muỗng chạm vào thức ăn, ta sẽ có một cảm giác đụng chạm. Hãy ý thức được cảm giác này. Kế đó là tác ý muốn giơ tay lên, rồi hành động giơ tay theo sau. Ta phải cẩn thận ghi nhận hết mọi sự việc xảy ra.

Mở miệng ra. Đút đồ ăn vào. Ngậm miệng lại. Tác ý muốn để tay xuống, theo sau là cử động hạ tay. Mỗi lần một việc. Nếm: cảm giác được thực phẩm trong miệng, cách cấu tạo của chúng. Nhai: kinh nghiệm được cử động này. Khi bạn bắt đầu nhai, cảm giác về mùi vị sẽ có mặt. Hãy ý thức được vị giác. Sau một thời gian nhai, vị giác sẽ biến mất. Nuốt vào. Phải ý thức được diễn tiến của những sự việc xảy ra liên tục kế tiếp nhau. Không có một cá nhân nào đứng sau những hành động ấy, không có người ăn. Tất cả chỉ là một sự nối tiếp của những tác ý, cử động, nếm, cảm xúc liên tục theo nhau.

Cái ta là như thế đó - một tập hợp của những việc xảy ra, của các diễn biến. Và bằng cách ý thức được tiến trình, dòng liên tục này mà ta có thể giải thoát ra ngoài ý niệm về một *cái ta*. Chúng ta thấy rằng, tất cả những hoạt động này của thân và tâm đều là một chuỗi nhân duyên hiện hành vô chủ. *Tác ý, tư tưởng, cảm giác, cử động*, tất cả đều có liên hệ mật thiết với nhau. Tâm là nguyên nhân khiến thân cử động, cũng như cảm giác ở thân là nguyên nhân của sự ham muốn và tác ý của tâm.

Thường thì chúng ta ăn trong thất niệm. Mùi vị đến và đi một cách thật nhanh chóng. Trong khi thực phẩm vẫn còn trong miệng, vì sự ham mê nơi vị giác, tay ta đưa lên và gắp thêm, không hề ý thức được những diễn biến đang xảy ra trong thân tâm. Hãy nhai cho xong trước khi lấy thêm. Như vậy, ta sẽ có thể cảm nhận được những nhu cầu thật sự của thân. Ăn trong chánh niệm, ta sẽ không bao giờ bị bội thực.

Trong một tháng tu tập này, chúng ta sẽ làm mọi việc một cách chậm chạp để ta có thể theo dõi, quán xét chúng một cách cẩn thận. Một khi chánh niệm phát triển rồi, ta có thể hành động nhanh hơn nếu ta muốn. Nhưng bây giờ là thời gian tu tập. Không có gì để vội vã cả. Hãy làm mọi việc một cách chậm rãi với thinh lặng và chánh niệm.

Hãy phối hợp việc ăn trong chánh niệm với sự tu tập hằng ngày, sao cho công phu thiền quán của ta lúc nào cũng liên tục. Từ lúc bạn thức dậy, trải qua mọi công việc trong ngày, hãy thật sự tỉnh thức: mọi hành động đều là thiền.

Buổi tối thứ chín

Năm triền cái

Bạn hãy tưởng tượng mình đang đứng giữa trận địa, đơn độc chiến đấu với ngàn vạn quân địch. Mặc dù bị bao vây tứ phía nhưng cuối cùng bạn vẫn chiến thắng. Rồi tưởng tượng là bạn chiến đấu những trận như vậy hàng ngàn lần, nhưng cuối cùng bạn vẫn chiến thắng. Đức Phật dạy rằng chiến thắng vạn quân như vậy ngàn lần, vẫn còn dễ hơn là thắng được chính mình. Công việc của chúng ta khởi sự làm ở đây không phải là nhỏ. Hiểu được tâm của mình là điều khó khăn trên đời này. Nhưng việc ấy không phải là không thể làm được. Có những người đi trước ta đã phải đương đầu với hàng vạn quân địch và đã chiến thắng vạn lần, họ có để lại cho chúng ta một số lời khuyên và hướng dẫn vô cùng hữu ích.

Điều trước hết, ta phải biết những kẻ thù của mình là ai. Nếu không thấy được chúng, chúng sẽ trở nên những quyền lực chi phối đáng kể trong ta. Nhận diện được chúng, ta sẽ có thể đối diện với chúng một cách dễ dàng hơn. Trong trận địa tâm ý này, ta phải đối phó với năm kẻ thù có nhiều thế lực, và học cách nhận diện chúng là điều thiết yếu đầu tiên, để ta có thể đi sâu hơn vào sự hiểu biết về chúng.

Đức Phật gọi năm kẻ thù ấy là *Ngũ triền cái*, tức là năm điều che bít, ngăn chặn không cho trí tuệ phát sinh.

1. Tham dục:

Kẻ thù thứ nhất là tham dục, tức là sự đam mê, ham muốn vào những cảm xúc nơi thân thể và các đối tượng của chúng. Lòng tham dục khiến tâm ta lúc nào cũng hướng ngoại, náo động, mất quân bình, hết đeo đuổi chuyện này lại sang chuyện khác. Bản chất của lòng tham dục là không gì có thể làm thỏa mãn được nó. Sự tìm kiếm sẽ là bất tận và vô vọng. Chúng ta đang vui hưởng một điều gì, rồi nó cũng sẽ sinh và diệt như mọi hiện tượng khác. Khi ấy ta sẽ trở nên bất mãn, và lại đòi hỏi đi tìm thêm những thú vui mới. Chỉ đến khi nào ta chịu chấp nhận đối diện với lòng tham dục, bằng không lúc nào ta cũng sẽ cảm thấy thiếu thốn, luôn luôn muốn đi tìm một niềm vui mới, một sự khuây khỏa nào đó.

Lòng tham dục có nhiều hình thái khác nhau, nó có thể là một hình ảnh đẹp, một âm thanh du dương, những mùi vị ưa thích, một cảm giác êm dịu hay là những ý tưởng say mê. Dính mắc vào những đối tượng này sẽ củng cố thêm lòng tham. Và cũng chính vì lòng tham, tâm dính mắc, níu kéo này mà ta tự trói mình vào bánh xe luân hồi, sinh tử từ thuở nào đến giờ. Cho đến khi nào chiến thắng được lòng tham dục ta mới có thể giải thoát ra khỏi sự trói buộc của tâm dính mắc và lòng sở hữu.

2. Sân hận:

Kẻ thù thứ hai là tâm sân hận. Nói chung thì những tâm giận dữ, thù ghét, bực tức, khó chịu đều có chung một đặc tính là xua đuổi, tiêu diệt đối tượng của nó. Nó tạo ra một trạng thái hỗn loạn và bạo động. Trong văn chương chúng ta thường diễn tả những người đang bị chi phối bởi lòng tham dục và sân hận là những người đang bị lửa nóng thiêu đốt. Khi ta đang có một sự đam mê hay một cơn giận nào, ta thường nói là mình đang *"bừng bừng lửa cháy"*. Lửa tình hay lửa sân cũng thế. Trong những tình cảnh này, tâm ta đang bị đốt cháy thật sự, sự khổ đau rất to tát.

3. Thụy miên:

Kẻ thù thứ ba là *thụy miên*. *Thụy miên* có nghĩa là tâm biếng nhác, uể oải, ham mê ngủ nghỉ. Nói tới những tâm tánh này, tôi nghĩ ngay đến những con ốc sên, lúc nào nó cũng bò một cách lừ lừ, chậm chạp, chẳng có chút năng lực nào cả. Chúng ta phải cố chiến thắng được tâm uể oải và lười biếng này mới mong thành công được. Bằng không thì sẽ chẳng có việc gì được làm xong, chẳng có chuyện gì là rõ ràng cả. Tâm ta lúc nào cũng cảm thấy mờ mịt và nặng nề.

4. Trạo hối:

Tâm chướng ngại thứ tư là *trạo hối*. *Trạo hối* có nghĩa là một tâm xao động, buồn rầu, lo nghĩ, hối hận. Một tâm như vậy thì không thể có khả năng tập trung. Nó luôn nhảy từ đối tượng này sang đối tượng khác, lao nhao, không có chút gì là chánh niệm. Tâm *trạo hối* ngăn chặn sự phát triển của trí tuệ.

5. Nghi hoặc:

Kẻ thù thứ năm là tâm *nghi hoặc*. Lòng nghi ngờ giáo pháp, nghi ngờ con đường mình đang theo. Có lẽ tâm nghi hoặc là một kẻ thù đáng sợ hơn cả. Trừ khi ta nhận diện được nó, tâm nghi hoặc có thể làm cho trí óc của ta trở nên vô dụng, ngăn chặn không cho ta nhìn sự việc một cách rõ ràng. Ta nghi ngờ về chuyện ta đang làm, về khả năng của chính mình. Từ lúc bạn đến đây, chắc thế nào bạn cũng đã có những ý nghĩ như *"Tôi làm gì ở nơi đây? Tại sao tôi tới đây? Phương pháp này khó quá, không thể nào tôi theo được."* Những ý nghĩ ấy là do tâm nghi hoặc sinh ra. Nó là một trở ngại rất lớn trên con đường tu tập.

Năm điều ngăn che hay *ngũ triền cái - tham dục, sân hận, thụy miên, trạo hối* và *nghi hoặc* - đều là những *tâm hành*. Chúng không có *ngã*, không có một bản chất thật sự, chỉ là một chuỗi nhân duyên hiện hành vô chủ.

Có một ví dụ hình ảnh dùng để diễn tả ảnh hưởng của những chướng ngại này đối với tâm của chúng ta: một hồ nước trong.

Lòng tham dục được ví như những màu sắc sặc sỡ được pha vào nước. Nhìn xuống hồ, chúng ta bị lôi cuốn theo những vẻ đẹp và sự phức tạp của màu sắc mà không còn thấy được đáy hồ.

Tâm sân hận, khó chịu, thù ghét được ví như nước sôi. Nước đang sục sôi thì bao giờ cũng rất xao động. Chúng ta không thể nào nhìn xuyên thấu qua được. Sự náo động của tâm gây ra bởi những phản ứng bạo động của lòng thù ghét, ác cảm là một trở ngại rất lớn cho sự hiểu biết.

Tâm biếng nhác, trì trệ thì giống như mặt hồ đang bị phủ kín bởi một lớp rong rêu rất dày. Ta không thể nào nhìn xuyên qua lớp rong rêu để thấy được đáy hồ. Tâm thụy miên rất là nặng nề.

Tâm trạo hối, bất an được ví như mặt nước xao động, xốn xang bởi những luồng gió mạnh. Khi ta lo nghĩ, buồn rầu, ta sẽ mất đi khả năng tập trung, an tĩnh để phát triển định lực và trí tuệ.

Tâm nghi hoặc thì giống như nước hồ bị vẩn đục vì khuấy bùn lên. Trí tuệ của ta lúc này hoàn toàn bị che khuất vì sự mịt mù, tăm tối của tâm nghi ngờ.

Trên con đường tu tập, có những phương pháp để đối trị với các chướng ngại vừa kể. Phương cách đầu tiên là nhận diện chúng, ý thức được sự có mặt của chúng một cách rõ ràng trong mỗi giây phút. Nếu tham dục nổi lên, ta phải có ý thức ngay sự có mặt của nó. Đối với tâm sân hận, lười biếng, bất an, nghi hoặc cũng vậy, ta phải nhận diện ngay khi chúng vừa khởi lên. Nhận diện, ý thức được sự có mặt của chúng là một phương pháp hay nhất, hiệu quả nhất để đối trị với những chướng ngại trên con đường tu tập thiền quán của mình. Ý thức được sự việc đang xảy ra sẽ dẫn đến chánh niệm. Và chánh niệm có nghĩa là không nắm bắt, không xua đuổi, không nhận đối tượng làm mình.

Ngũ triền cái hay năm chướng ngại này chỉ là những *tâm hành* không có thực chất và vô thường. Chúng sinh ra rồi diệt mất, đến và đi như mây trên trời. Nếu chúng ta có chánh niệm ngay khi chúng vừa khởi lên và không phản ứng theo sự thúc giục của chúng, những tâm hành này sẽ đi qua mà không gây nên một sự xao động nào đáng kể. Chánh niệm là một phương pháp hiệu quả nhất để đối trị chúng.

Ta cũng có thể dùng một số liều thuốc đặc biệt để chữa trị năm chướng ngại này, nhất là những khi ta đang bị chúng chi phối mà chánh niệm của ta thì còn quá yếu. Khi tâm ta bị lòng tham dục hoành hành, ta hãy quán chiếu về sự vô thường của xác thân này, sự thật là rồi cũng có một ngày thân này sẽ trở thành những thây ma. Thời gian trôi như bóng ngựa qua cửa sổ, chúng ta rồi sẽ bảy mươi, tám mươi hay chín mươi tuổi. Hàn Sơn, một nhà tu mà cũng là một nhà thơ cổ Trung Hoa, nhận thức được những điều ấy như sau:

> *Một tấm màn làm bằng trân châu,*
> *Treo trước cửa tiền đường.*
> *Bên trong một tiểu thơ yêu kiều, thục nữ,*
> *Dáng nàng đẹp hơn tiên,*
> *trang đài và quý phái.*
> *Gương mặt nàng hồng tươi,*
> *như một trái đào tiên,*

Sương mù mùa xuân
  phủ ướt gian nhà phía đông.
Gió thu sang, thổi lồng lộng trống gian tây.
Ba mươi năm sau, tất cả sẽ còn gì?
Thục nữ ấy sẽ gầy khô như xác mía.

Những sự quán chiếu như vậy có khả năng làm cho lòng tham dục của ta bớt đi, nhất là khi phải đối diện với sự cấp bách về cái chết của chính mình. Cái chết không phải chỉ xảy đến cho một số người chọn lọc nào đó. Phải cảm thấy được sự gần kề của cái chết thì ta mới biết sự quan trọng, giá trị vô cùng của giờ phút hiện tại.

Có một mối tương quan chặt chẽ giữa lòng tham dục và tánh ham ăn, mê ngủ. Tiết độ trong việc ăn uống, ngủ nghỉ sẽ làm giảm bớt lòng tham dục và tăng trưởng trí tuệ.

Cũng vậy, cách hay nhất để đối phó với lòng thù ghét, giận dữ là nhận thức được nó, có chánh niệm về nó. Giả sử bạn đang ngồi, bỗng nhiên cảm thấy thù ghét một người nào hay một việc gì đó. Hãy ngồi lại và ghi nhận *"giận, giận"*. Không cho nó là mình, cũng không tự trách mình sao lại giận. Chỉ cần giản dị quan sát nó. Nó sinh ra rồi sẽ diệt đi. Sự giận dữ chỉ có tác hại khi nào ta nuôi dưỡng nó, đồng hóa với nó *"Tôi đang giận và thật đáng để cho tôi giận vì người ấy đã dám đối xử với tôi như vậy..."* Ta có một con đường khác, là thay vì bộc lộ sự giận dữ ấy ra một cách mê muội, ta có thể chọn cách quan sát nó một cách cặn kẽ. Ta sẽ thấy rằng nó từ từ mất đi công năng phá hoại.

Một phương cách đặc biệt khác để đối trị với tâm sân hận là niệm từ bi. Niệm từ bi có nghĩa là phóng tỏa những tư tưởng thương yêu, cầu mong sự an lạc, hạnh phúc đến cho tất cả mọi loài, cho những người ta thương và cho đến những người ta ghét. Đem những tư tưởng tốt lành đến cho người ta đang giận, lúc đầu không phải là dễ, nhưng cuối cùng ta cũng sẽ làm được. Dần dần rồi sự giận dữ sẽ tan biến, tâm ta sẽ êm dịu xuống và trở lại quân bình.

Một cách thực tiễn nhất để đối trị tâm sân hận là khi bạn thù ghét một người nào, bạn hãy mua quà biếu họ. Ta không thể nào giữ được tâm giận dữ khi ta đem lòng rộng rãi, cởi mở ra đối xử với người khác. Điều đó có khả năng hóa giải mọi sự căng thẳng, nặng nề giữa hai bên. Đây là một phương pháp khéo léo để dập tắt ngọn lửa sân hận trong tâm ta.

Ta cũng có thể đối trị tâm sân hận qua cánh cửa trí tuệ: quán chiếu luật nhân quả, hiểu được rằng chúng ta là kết quả hành động của chính mình. Bất cứ một ai rồi cuối cùng phải nhận lãnh kết quả tạo nên bởi những hành động tốt hoặc xấu của mình. Nếu có một người nào đó gây cho bạn một sự khó chịu, thay vì giận dữ phản ứng lại, bạn có thể đem tình thương và hiểu biết ra mà đối xử. Bạn hiểu rằng người ấy hành động vì tâm mê muội, và anh ta cuối cùng sẽ nhận lãnh kết quả gây nên bởi những hành động không tốt đó. Ta không cần làm cho người ấy đau khổ thêm nữa, hãy lấy lòng từ bi mà làm nhẹ bớt nghiệp xấu gây nên bởi sự mê muội của anh ta.

Đối với tâm biếng nhác và ham ngủ nghỉ cũng vậy, phương pháp hay nhất vẫn là nhận diện được chúng. Ta hãy quán sát tính chất chậm chạp, lười nhác mỗi khi nó xuất hiện trong tâm. Đi sâu thẳng vào nó. Nếu ta quán sát trong chánh niệm, thường thường thì chỉ trong một thời gian ngắn, ta sẽ thấy những sự buồn ngủ, biếng nhác đều mất đi. Có thể ta đang ngồi niệm thầm trong đầu *"buồn ngủ, buồn ngủ"*, rồi đột nhiên đầu óc ta trở nên sáng suốt và tỉnh táo một cách bất ngờ. Thường thường, khi ta có ý thức rõ ràng chứ không đồng nhất với sự buồn ngủ, thì nó sẽ đi qua.

Nhưng nếu bạn cố giữ chánh niệm, chú ý mà vẫn cứ gật gù mãi, thì bạn có thể làm những điều sau đây:

Đổi vị thế. Nếu bạn đang ngồi, hãy đứng dậy đi bộ một vòng. Nếu bạn đang ở trong nhà, hãy đi ra ngoài một chút. Không khí tươi mát bên ngoài sẽ làm bạn tỉnh táo trở lại.

Nhìn vào một điểm ánh sáng trong một thời gian ngắn, có thể là ánh đèn, ánh trăng hay ánh sao. Ánh sáng có tác dụng đánh thức bạn dậy.

Rửa mặt bằng nước lạnh. Hay bạn có thể đi bộ lùi lại. Tâm lười biếng và ham ngủ nghỉ cũng vô thường và có thể đối trị được như mọi tâm khác.

Nhưng nếu bạn đã thử mọi cách mà vẫn còn buồn ngủ, thì bạn nên đi ngủ. Điều quan trọng là bạn cố gắng. Đừng để mỗi khi cảm thấy buồn ngủ là bạn lại nghĩ: "Chắc mình mệt rồi! Thôi đi nghỉ một chút cho khỏe!" Như vậy chỉ nuôi dưỡng thêm sự lười biếng của mình mà thôi. Muốn thắng được trở ngại này ta phải biết cứng rắn và nghiêm khắc.

Đối với tâm lo nghĩ và bất an cũng vậy, phải có chánh niệm. Quán chiếu tâm bất an, nhìn kỹ xem nó biến đổi ra sao! Nếu bạn đang ngồi và cảm thấy xao động, lo nghĩ, không thể tập trung được, bạn hãy biến trạng thái xao động ấy thành đối tượng thiền quán. Chỉ ngồi nhìn xem và niệm "*bất an, bất an*". Quán sát và nhớ đừng bao giờ đồng nhất với nó. Chẳng có một *ai* bất an hết; tất cả chỉ là hoạt động của một *tâm hành*. Nó đến rồi đi. Nếu ta duy trì được chánh niệm, sự lo nghĩ, bất an sẽ không động được tâm ta.

Một phương cách khác là gia tăng định lực, tập trung tư tưởng vào một điểm duy nhất. Đây là một liều thuốc đặc biệt có khả năng đối trị tâm xao động và bất an. Những lúc tâm loạn động, bạn hãy bỏ hết những đối tượng khác, trở về chú ý vào hơi thở của mình. Giữ tâm chú ý vào một đối tượng duy nhất trong một thời gian, khoảng hai mươi phút hay nửa tiếng để gia tăng định lực. Ngồi thẳng lưng, không cử động trong một thời gian cũng là một phương pháp tập trung rất hay.

Trở ngại cuối cùng là tâm nghi ngờ. Trở ngại này vô cùng lớn lao, nếu ta không cẩn thận nó có thể trở thành tường đồng vách sắt chắn ngang con đường tu tập của ta. Có rất nhiều người đã bỏ cuộc vì trở ngại này. Cũng như mọi chướng ngại khác, phương pháp hữu hiệu và thông minh nhất để đối trị với chướng ngại này là quán chiếu nó, nhận diện nó. Khi ta có một sự nghi ngờ trong tâm, hãy ý thức được sự nghi ngờ này một cách trọn vẹn, nhưng đừng để nó đồng hóa. Tâm nghi ngờ không có một thực thể nào hết, không có *ngã*, không có *cái tôi* hay *của tôi*. Nó chỉ là một tư tưởng, một *tâm hành*. Nếu ta biết quán chiếu nó mà không bị nó đồng hóa, những khi có sự nghi ngờ khởi lên, ta sẽ có khả năng ngồi yên và niệm *"nghi ngờ, nghi ngờ"*, rồi tự nó sẽ biến mất.

Một phương cách khác để đối trị với tâm nghi ngờ là có kiến thức và có một sự hiểu biết rõ ràng về con đường mà mình đang theo. Chúng ta không nên chấp nhận hay tin tưởng mù quáng về bất cứ một phương pháp nào. Thông hiểu được giáo lý của đức Phật trên bình diện kiến thức cũng có thể giúp cho ta giải quyết những nghi ngờ của mình một cách hữu hiệu. Khi có một sự nghi ngờ nào nổi lên, ta sẽ có thể giải đáp cho nó bằng chính kinh nghiệm và sự hiểu biết của mình.

Chúng ta thường có một thói quen là hay xua đuổi và đàn áp các tâm xấu mỗi khi chúng khởi lên. Tâm đàn áp, xua đuổi ấy tự nó cũng là một chướng ngại. Mỗi hành động đàn áp là một hành động nuôi dưỡng, làm cho kẻ thù thêm mạnh. Đó không phải là một cách hay. Không phê phán, không phân tách. Khi những tâm chướng ngại khởi lên, chỉ cần giản dị quán chiếu chúng. Chánh niệm có khả năng vô hiệu hóa chúng. Những tâm ấy có thể tiếp tục sinh khởi, nhưng tâm ta không loạn động vì ta không còn phản ứng theo chúng.

Ngày nào tâm ta vẫn còn bị chi phối bởi những chướng ngại vừa kể, ta sẽ khó có thể phát triển được trí tuệ và hiểu biết. Trong những ngày đầu, ta sẽ cảm thấy rất nhiều bất an, nghi ngờ và ham muốn, cho đến khi nào tâm ta tạm yên xuống. Nhưng những trở ngại ban đầu không phải là những trở ngại cuối cùng. Khi ta có khả năng quán chiếu sâu hơn, những chướng ngại ấy sẽ lại phát khởi lên. Nhưng lúc này thì ta đã có nhiều tự tin vào những phương cách đối trị của mình, nhất là khi ta thấy rõ sự sinh diệt của chúng, những tâm chướng ngại này đến rồi sẽ đi. Hiểu được tính chất vô thường của chúng, tâm ta lúc nào cũng sẽ giữ được thăng bằng. Hãy luôn duy trì sự liên tục và tinh tấn về chánh niệm của mình; chỉ có một tâm an tĩnh và mềm dẻo không suy chuyển mới có thể vượt qua được những chướng ngại này.

Hỏi: Tôi phải làm gì những khi cảm thấy bực mình vì đã cố gắng quá sức?

Đáp: Khi bạn cảm thấy căng thẳng hay là bực bội vì cố gắng quá, hãy đi ra ngoài thiên nhiên, nhìn cây cỏ, ngắm trời mây. Thế giới này đẹp và rộng lớn lắm. Đi dạo một chút, thoải mái một chút, nhưng nhớ vẫn giữ chánh niệm và ý thức được việc mình làm. Chỉ cần một thời gian ngắn là không gian chung quanh có thể làm tâm ta dịu êm lại. Đức Phật thường dạy ta nên sống giữa thiên nhiên, vì nó có thể đem lại sự an tĩnh cho tâm hồn.

Hỏi: Đôi khi tôi không thể theo dõi được hơi thở. Tôi phải làm sao?

Đáp: Những khi tâm ta an tĩnh, hơi thở cũng sẽ rất nhẹ nhàng. Nếu bạn không còn ý thức được hơi thở của mình, bạn hãy chú ý đến cảm giác của thân, uy nghi của thân, hay là về chính cái biết của mình, dù bạn không có một đối tượng nào rõ rệt hết. Khi định lực phát triển, sẽ có lúc bạn không còn cảm thấy một cảm giác nào hết. Hãy ý thức được điều ấy. Nó cũng vô thường như mọi hiện tượng khác. Hơi thở sẽ trở lại với bạn.

Hỏi: Còn những khi tôi ý thức được một sự sợ hãi nổi lên và cố gắng đi tìm nguyên nhân của nó thì sao?

Đáp: Bạn có thể làm chuyện đó nếu bạn muốn. Nhưng sự tìm kiếm ấy sẽ là bất tận. Phân tách, tìm hiểu nguyên nhân không phải là một hành động xả bỏ. Sự sợ hãi sẽ còn tiếp tục khởi lên và mỗi lần như vậy ta lại phải đi tìm một nguyên do mới. Với trí tuệ, hiểu biết, ta có thể nhận diện sự sợ hãi và rồi buông bỏ nó. Chúng ta không cần phải tìm hiểu nguyên nhân những khó khăn của mình để làm gì, chúng ta cần phải biết buông bỏ. Thấy được chúng, ý thức được chúng, không nhận chúng là mình và buông bỏ chúng. Chỉ giản dị có thế thôi. Bí quyết là giữ chánh niệm, ý thức được những gì đang xảy ra trong giây phút hiện tại.

Hỏi: Tôi thường bị mắc kẹt và cho rằng những tâm chướng ngại này là mình. Có phương cách nào để chữa bệnh này không?

Đáp: Những thiền sư Tây Tạng có dùng một hình ảnh mà tôi thấy là rất có ích. Họ ví tâm mình như là bầu trời xanh bao la, không một gợn mây. Mọi hiện tượng của thân và tâm đều xảy ra trong bầu trời trong xanh bao la này. Chúng không phải là bầu trời. Trời xanh không bị ảnh hưởng chút nào vì những việc xảy ra. Mây đến rồi đi, gió đến rồi đi, mưa nắng cũng đến rồi qua đi, nhưng bầu trời bao giờ cũng trong vắt. Hãy xem ta như một bầu trời trong bao la, và để mọi việc tự đến rồi qua đi. Tâm ta lúc nào cũng an tĩnh, thoải mái, quan sát mọi việc xảy ra.

Buổi sáng thứ mười

Bài thực tập: Quán tâm thức

Một trong những lãnh vực quán niệm là quán tâm thức. Tâm thức ở đây chỉ tri giác, sự hiểu biết, phân biệt của mình. Một phương pháp tu tập chánh niệm là dùng tâm thức làm đối tượng để quán niệm. Trong mỗi cử động của thân (sắc) ta đều có thể thấy được tâm thức của mình (danh) đi đôi. Bạn hãy thử an tĩnh tâm mình, và cố nhìn rõ để thấy được sự phát khởi của tâm thức cùng lúc với cử động. Điều quan trọng cần nhớ là tâm thức và đối tượng lúc nào cũng đi đôi với nhau. Ta không thể tách rời tâm thức ra khỏi đối tượng. Nhưng ta có thể phân biệt được hai tiến trình khác nhau, một tiến trình của tâm, còn gọi là danh, và một tiến trình của đối tượng, còn gọi là sắc. Chúng xảy ra cùng lúc, nhưng có hai công năng hoàn toàn khác biệt nhau. Công năng của tâm là nhận thức và phân biệt. Tỷ dụ như khi ta bước đi, chân ta không có một ý thức nào hết. Nó chỉ là những yếu tố vật chất đang hoạt động: nặng hay nhẹ là do yếu tố đất, chuyển động là do yếu tố gió... Ta biết được những yếu tố này nhờ tâm thức. Như vậy, có một chuyển động bước chân đi và có một ý thức về chuyển động đó.

Song song với chuyển động là tâm thức nhận biết về nó. Đừng cố gắng tìm kiếm tâm thức một cách chính xác, cũng đừng gắng định nghĩa cho chắc chắn hay là tìm cách giới hạn nó. Nó có tính cách trừu tượng và rất tế nhị. Nhưng với chánh niệm, ta sẽ có khả năng nhận định được tâm thức. Bởi tâm thức có tính chất mơ hồ nên đòi hỏi một sự chú ý rất cao. Nếu sự chú ý của ta dễ duôi hay hời hợt, ta sẽ không thể nào nhận thấy được một cách rõ ràng.

Trong những lúc ngồi thiền bạn có thể quay sự chú ý trở

vào tâm thức của mình. Hơi thở được kinh nghiệm bằng sự lên xuống nơi bụng hay ra vào nơi mũi chỉ là diễn biến ở thân (sắc). Sự nhận biết được nó là nhờ ở tâm thức (danh). Khi bạn được an tĩnh và tập trung hãy xoay chánh niệm của mình về quán chiếu chính cái *"biết"* ấy. Đừng cố gắng tìm kiếm hay đặt để nó một chỗ nào trong thân ta. Chỉ giản dị chú ý một cách thoải mái, nhẹ nhàng những gì đang xảy ra trong tâm thức của mình.

Một trong những phương thức dẫn đến giác ngộ là *trạch pháp.* *Trạch pháp* có nghĩa là quán xét giáo pháp nơi mình, hay nói một cách khác là quán chiếu, tìm hiểu những hoạt động liên hệ giữa *thân* và *tâm*. Đừng ngại ngùng gì mà không sử dụng tâm mình trong lãnh vực này: quán chiếu. Nhưng quán chiếu có nghĩa là không dùng đến ngôn ngữ, tư tưởng hay khái niệm. Hãy cảm nhận, trải nghiệm sự khởi sinh đồng thời của tâm thức cùng với đối tượng của nó. Kinh nghiệm này sẽ giải thoát ta khỏi sự *chấp ngã*: chấp vào việc có một người quan sát. Trí tuệ sẽ đến khi ta nhận thức được rằng có sự quan sát nhưng không có người quan sát, có sự thấy nhưng không có một chứng nhân nào hết.

Buổi tối thứ mười

Dũng sĩ

*N*hân vật *Don Juan* trong một tác phẩm của *Carlos Castenada* nói rằng mỗi người chúng ta cần phải sống như một dũng sĩ. Hình ảnh người dũng sĩ rung động sâu xa với kinh nghiệm thiền quán. Người dũng sĩ đối diện với mọi hoàn cảnh của cuộc đời như là những thử thách, anh ta đối phó một cách vẹn toàn mà không bao giờ than van hay hối hận.

Theo đa số chúng ta thì giá trị của mỗi người tùy thuộc vào sự phê phán, chấp nhận của những người chung quanh; đối với người dũng sĩ, giá trị nằm ở sự toàn thiện của chính mình. Toàn thiện có nghĩa là sống trong chánh niệm một cách trọn vẹn và tinh mật. Những gì ta đang cố thực hiện ở đây là tự tìm hiểu mình, điều cao quý nhất mà một người có thể làm được. Công việc này khó, hiếm hoi và đòi hỏi một sự toàn thiện. Nhưng ta không cần phải bỏ nơi này để đi đến một sa mạc hoang vu hay một hang động nào đó trên dãy *Hy-mã-lạp sơn*. Ta chỉ cần trau dồi những đức tính tốt có khả năng đem lại cho ta một sự thức tỉnh trọn vẹn trong từng giây phút.

Trong câu chuyện về *Siddhartha*, *Herman Hesse* có mô tả hình ảnh rất đẹp của người dũng sĩ, hơi khác với hình ảnh của *Don Juan*. *Siddhartha* kể rằng sự luyện tập giúp anh có được ba quyền năng: anh có thể suy nghĩ, anh có thể chờ đợi và anh có thể nhịn ăn. Ba đặc tính của tâm, ba đức tính của một dũng dĩ. Khả năng suy nghĩ ở đây có nghĩa là sáng suốt, tỉnh táo, không hoang mang, bối rối về việc đang xảy đến với ta. Trên phương diện thân thể, nó có nghĩa là ý thức được oai nghi, hơi thở của mình, thấy được sự vận động của các hiện tượng vật lý, biết điều độ trong sự ăn uống, ngủ nghỉ của mình. Duy trì sự cân bằng giữa các năng lực trong thân. Trên phương diện tâm thức, nó có nghĩa là ý thức được tình cảm, tư tưởng và những trạng thái khác nhau trong tâm. Không bị lôi cuốn theo cơn lốc xoáy của tư tưởng, lúc nào cũng giữ được sự an tĩnh, cân bằng trong tâm mình.

Khả năng suy nghĩ của *Siddhartha* cũng bao gồm cả lòng can đảm: không bị nô lệ vào thành kiến và sự cố chấp. Can đảm đủ để cởi mở quan niệm, để chấp nhận những điều khác. *Siddhartha* không bao giờ tin mù quáng vào một điều gì. Anh ta không tin ở bạn bè, ở cha mẹ mình, ở các vị thầy hay ngay cả nơi đức Phật. Anh muốn phải tự chính mình chứng nghiệm được chân lý, và nhờ động lực này mà anh đã can đảm mở rộng tư tưởng của mình ra, trải nghiệm tất cả. *Siddhartha* đã bỏ vào rừng trong ba năm trời để tu theo lối khổ hạnh, ép xác, rồi anh ta lại vui sống với *Kamala*, một cô gái giang hồ hạng sang, hoặc tham gia vào chốn thương trường bon chen, lừa lọc. Anh ta lúc nào cũng sẵn sàng và có đủ can đảm để chấp nhận thử thách và bằng lòng với mọi hậu quả. Anh không để cho những sự phân biệt nhỏ nhoi làm nản chí. Khả năng suy nghĩ bao gồm sự sáng suốt và lòng can đảm dùng để trực tiếp trải nghiệm, thăm dò và quán sát những sự việc đang xảy ra.

Lòng can đảm của một dũng sĩ là điều cần thiết, cũng như sẽ được phát triển trên con đường thiền quán. Ngồi với cơn đau của mình mà không tránh né hay trốn chạy, điều đó đòi hỏi một sự can đảm. Hoặc là dám đối mặt để vượt qua nỗi sợ hãi của chính mình. Sự quán chiếu này cần một sự can đảm không nhỏ, nhưng nhờ vậy ta mới có thể khám phá, hiểu được những sự thật sâu xa của thân và tâm. Lúc đầu, tâm ta sẽ rất loạn động, vì những thói quen thường ngày của ta bị xáo trộn. Phải can đảm lắm ta mới có thể buông bỏ tất cả những gì ta hằng nắm giữ cho sự an ninh của mình. Hãy xả bỏ, để trải nghiệm được dòng vô thường. Phải có can đảm ta mới dám đối diện và đương đầu với nỗi bất an căn bản và cố hữu của tiến trình thân tâm. Để đối diện với sự thật là chúng ta đang tàn hoại trong mỗi giây phút, không có một nơi nào để ẩn náu. Phải có can đảm mới chết được. Trải nghiệm về sự chết của cái *ngã*; trải nghiệm được cái chết trong khi mình vẫn còn sống, điều đó cần đến lòng cam đảm, không sợ sệt của một đại dũng sĩ.

Siddhartha có thể suy nghĩ, chờ đợi và nhịn ăn. Chờ đợi có nghĩa là kiên nhẫn và thinh lặng. Nó có nghĩa là không bị lôi cuốn vào hành động chỉ vì lòng ái dục. Nếu chúng ta không có khả năng chờ đợi, mỗi khi ham muốn khởi lên, nó sẽ dẫn đến hành động. Và rồi ta lại bị trôi lăn theo vòng bánh xe của ái dục. Đôi khi người ta thường lầm lẫn giữa chờ đợi với sự bất động, không làm gì cả. Hoàn toàn không phải như vậy. Trang Tử có viết:

"Sự bất động của người trí không phải là không làm gì hết, mà có nghĩa là không tính toán. Nó không bị lay chuyển bởi bất cứ một việc gì. Bậc thánh nhân an tĩnh vì họ không động, chứ không phải vì họ cố ý làm an tĩnh. Nước lặng giống như gương... một mặt phẳng hoàn toàn. Nếu nước thật trong và thật phẳng, thì tâm của bậc thánh nhân cũng thế. Tâm của người trí luôn luôn thanh thản, nó là tấm gương của trời đất, vạn vật. Vắng lặng, an tĩnh, thanh thản... thinh lặng, bất động - đây là lãnh vực của trời đất. Nó chính là đạo. Bậc trí tìm nơi đây chỗ an nghỉ cho họ. Khi an nghỉ, họ sống vắng lặng."

Chờ đợi có nghĩa là sự tĩnh lặng của tâm trong bất kỳ một hoạt động nào. Nếu chúng ta cứ bận rộn đi *"truyền đạo"*, ta sẽ không có được một cái nhìn rõ ràng, ta sẽ không thể nhận được rằng sức mạnh và sự hiểu biết phát sinh từ sự thinh lặng, và nhất là ta sẽ không ngưng được sự đối thoại trong nội tâm: Ta sẽ trở thành tù nhân của mớ văn tự, chữ nghĩa. Chúng ngăn cản không cho ta liên lạc với thế giới chung quanh một cách cởi mở và tự nhiên. Thế giới chung quanh khác biệt với những khái niệm và thành kiến của ta nhiều lắm. Chấm dứt những đối thoại trong nội tâm là có khả năng chờ đợi và lắng nghe.

Chính nhờ lắng nghe con tim mà *Siddhartha* đã rời bỏ cha mình để đi vào con đường khổ hạnh, và rồi từ giã rừng sâu để trở về với thế giới trần tục của thương mại và sắc dục. Nhưng dần dần sự lắng nghe của anh ta trở nên mờ ám vì những đam mê, khoái lạc của sắc dục. Cho đến một lúc anh không còn nghe được gì nữa. Trong sự tuyệt vọng cùng cực, anh ta lê chân đến bên một dòng sông, định tự trầm mình.

Lúc ấy anh bỗng nghe từ dưới dòng sông, từ đáy hồn anh, âm thanh "*aum*" vang dội. Anh quyết định ở lại với dòng sông. Vài năm sau, anh lại bắt đầu có thể lắng nghe và chờ đợi.

Siddhartha lắng nghe. Chàng bắt đầu chú tâm lắng nghe, miệt mài trong thinh lặng. Chàng hấp thụ tất cả. Chàng cảm thấy rằng, bây giờ mình đã hoàn toàn học được nghệ thuật lắng nghe. Những âm thanh này chàng đã nghe chúng từ xưa, những tiếng gọi khác nhau của dòng sông. Nhưng hôm nay chúng mang một vẻ khác biệt. Chàng không còn phân biệt giữa những tiếng khác nhau, tiếng vui ca với tiếng than thở, tiếng trẻ thơ với tiếng trưởng thành... Tất cả đều phụ thuộc nhau. Tiếng than vãn của người sầu khổ, tiếng cười vang của người trí tuệ, tiếng khóc la của kẻ phẫn uất và tiếng rên rỉ của người đang hấp hối... Tất cả đều dựa vào nhau, dính chặt, quấn quýt, đan dệt vào nhau trong ngàn đường lối. Tất cả những tiếng gọi, những mục đích, những lời than, những muộn phiền, những niềm vui, mọi điều ác và thiện, tất cả đều hòa hợp lại trong thế gian này, trong dòng biến cố và âm nhạc của cuộc sống. *Siddartha* miệt mài lắng nghe dòng sông, theo bài ca muôn ngàn tiếng hát. Khi chàng không chỉ lắng nghe theo tiếng khóc hay tiếng cười, chàng không chỉ lắng nghe một âm thanh duy nhất nào, nhưng lắng nghe tất cả, một thực thể đồng nhất - khi bài ca của ngàn tiếng hát tụ hội trong một chữ - trọn vẹn.

Quyền năng thứ ba của *Siddhartha* là nhịn ăn. Nhịn ăn ở đây có nghĩa là buông xả, từ bỏ, nhân nhượng. Nó cũng có nghĩa là năng lực, tinh tấn và sức mạnh. Sự từ bỏ đem lại cho tâm ta một sức mạnh và sự thanh thản. Những người thường cho rằng sự buông bỏ hay nhịn ăn là nguồn gốc của khổ đau, mà quên đi sự an lạc, đơn giản mà nó có thể đem lại cho tâm hồn. Vì lúc ấy ta không còn bị ràng buộc, chi phối bởi những ái dục không cần thiết. Chúng ta đâu cần đến một cố gắng siêu phàm nào mới có thể thực hành được sự từ bỏ. Ta chỉ cần cố gắng vượt qua những lôi cuốn và thói quen thường ngày mà thôi. Khi ta thực hành được điều này, ta sẽ kinh nghiệm được sự thênh thang, tươi mát của tâm hồn mình vì đã từ bỏ được những dính mắc và quyến luyến.

Nhịn ăn cũng có nghĩa là sự đơn giản. Một trong những niềm vui khi tôi còn tu tập ở Ấn Độ là sự giản dị trong cuộc sống, mặc dù có nhiều khó khăn trong các vấn đề sức khỏe, thực phẩm và tiện nghi. Niềm vui đó không bị ngăn trở bởi có quá nhiều việc làm ta nhức đầu như ở Hoa Kỳ. Những khách du lịch đi ngang qua thường thắc mắc, không hiểu nổi làm sao chúng tôi lại có thể *"từ bỏ"* được nhiều nhu cầu đến thế: điện, nước nóng, tiện nghi... Vì họ không hiểu được sự thoải mái của một đời sống đơn giản. Sự đơn giản trong cuộc sống vì không còn chiếm hữu nhiều sẽ đưa ta đến sự toại nguyện và an lạc.

Nhịn ăn, từ bỏ. Chúng ta có thể trải nghiệm được sự buông bỏ trong cuộc sống của mình qua hành động bố thí, qua việc giữ giới luật, qua sự lìa xa những gì đã hằng trói buộc ta. Sự từ bỏ được thực hiện trên nhiều lãnh vực, không chỉ riêng trong liên hệ với những người khác hay những vật chung quanh. Đạo Lão có danh từ *"chay lòng"* để diễn tả sự từ bỏ hoàn toàn của nội tâm. Trang Tử viết:

"Hãy chuyên tâm nhất chí. Đừng nghe bằng tai, mà nghe bằng lòng. Đừng nghe bằng lòng, mà nghe bằng khí. Điều gì mình nghe, hãy để nó dừng ở ngoài tai, còn lòng thì hợp nhất nó lại. Khí, là cái trống không để tiếp nhận sự vật. Chỉ có sự trống không mới nhận được đạo mà thôi." Sự chay lòng có nghĩa là làm trống không mọi quan năng, tự do, không còn bị giới hạn và bận tâm. Chay lòng sinh ra sự chuyên tâm nhất chí và tự do.

Siddhartha có khả năng suy nghĩ. Anh ta có thể chờ đợi. Anh ta có thể nhịn ăn. Đây là những đặc tính mà một dũng sĩ sẽ phát triển khi anh ta ý thức được một cách toàn vẹn con người của chính mình. Khi bạn ngồi, khi bạn đi, bạn luôn có ý thức trọn vẹn trong suốt ngày, đây là đặc tính của sự giác ngộ.

Hỏi: Don Juan nói về quyền năng của cá nhân. Điều này có liên hệ gì đến sự tu tập?

Đáp: Sức mạnh của tâm chính là quyền năng. Không phải một quyền lực dùng để sai xử một cái gì bên ngoài, mà là quyền lực của trí tuệ thông suốt, của sự hiểu biết. *Don Juan* có nói rằng dù anh có được nói cho nghe bí mật của vũ trụ này, điều đó cũng sẽ là rỗng tuếch đối với anh, cho đến khi nào anh có được đầy đủ quyền năng của mình. Quyền năng ở đây có nghĩa là sức mạnh, sự kiên trì đều đặn, khả năng quán chiếu và thấy được chân tướng của sự vật. Quyền năng này sẽ phát triển khi định lực của ta gia tăng. Khả năng quán chiếu sẽ đem đến trí tuệ. Với sức mạnh của tâm linh, một chữ thôi cũng có thể mở ra cho ta một trình độ hiểu biết mới. Trong những khóa tu như thế này thì chính sự thực hành đều đặn, liên tục sẽ làm phát triển loại quyền năng cá nhân đó.

Hỏi: Có dấu hiệu nào trên con đường tu tập giúp ta phân biệt được trực giác, trí tuệ với sự tưởng tượng không?

Đáp: *Trực giác* phát xuất từ một nội tâm thinh lặng, còn tưởng tượng là thuộc về những khái niệm. Hai điều này khác nhau nhiều lắm. Đó là lý do vì sao mà sự phát triển trí tuệ không bao giờ đến bằng sự suy nghĩ về sự vật. Nó chỉ đến bằng sự tu tập một nội tâm tĩnh lặng, để từ đó một cái nhìn, một cái thấy sáng tỏ có thể xảy ra. Tất cả mọi phát triển của trí tuệ, của sự hiểu biết chỉ xuất hiện vào những khi tâm ta tĩnh lặng. Rồi bất ngờ: "À, thì ra sự thật là như vậy!" Thiền sư Hoàng Bá có nói về giác ngộ như là một sự hiểu biết đột ngột, thoát ra khỏi mọi ngôn từ. Những trực nhận ấy có một giá trị đặc biệt, vì nó không phải là sản phẩm của óc suy nghĩ hay tưởng tượng mà là một sự bùng vỡ bất ngờ, đột nhiên nhận biết được chân tướng sự vật.

Hỏi: Trong sự tu tập, việc sử dụng tâm để thăm dò, quan sát một đối tượng và việc ý thức mà không cần chọn lựa một đối tượng nào, liên hệ với nhau ra sao?

Đáp: Có nhiều phương pháp phát triển trí tuệ bằng cách chọn một ý thức có đề mục. Chúng ta có thể tập trung sự chú ý vào các mặt khác nhau của tiến trình, như là oai nghi của thân thể, cảm thọ nơi thân hay tâm thức của mình. Chọn đối tượng như là một phương tiện để khám sát một lãnh vực đặc biệt nào đó, thì rồi nó cũng trở thành một ý thức không có sự chọn lựa. Khi ấy hành giả chỉ ngồi yên quan sát và ghi nhận những gì đang xảy ra mà hoàn toàn không phê phán, quyến luyến hay ghét bỏ. Đôi khi hành giả quá tỉ mỉ trong sự tu tập, cứ luôn tìm kiếm một quy luật để tuân theo, vì sợ thực hành sai. Trí tuệ phát xuất từ sự chánh niệm và tỉnh thức, cho dù ta có ý thức được điều ấy hay không. Không bao giờ có chuyện chánh niệm *"sai"*. Hãy đào luyện tâm mình, đào luyện đức tính quan sát khám phá này. Hãy nhìn cho thật sâu xa để thấy được tư tưởng của mình sinh ra từ chỗ trống không rồi tàn hoại vào chỗ trống không. Còn khi quán sát cái đau phải dám trực diện nó. Thực tập với một thái độ không sợ sệt, không suy nghĩ về một điều gì, chỉ bằng một ý thức tĩnh lặng. Tâm ta có thể uốn nắn được rất dễ dàng. Cũng như một miếng đất sét dùng để làm chén bát, rất mềm dẻo và nhồi nắn được. Khi ý thức và định lực của ta phát triển, tâm ta sẽ có được tính cách uyển chuyển và dễ vận dụng như thế.

Hãy thám hiểm tất cả mọi khía cạnh của tiến trình thân tâm. Khi tôi còn ở Ấn Độ, tôi sống trên tầng hai của một tu viện. Mỗi ngày tôi thường đi lên xuống thang lầu nhiều lần, những khi ấy tôi hay quan sát cử động máy móc của động tác bước lên từng bực thang, đầu gối tôi chuyển động ra sao, sức nặng của tôi dời đổi như thế nào. Đó là một tiến trình rất ngộ nghĩnh. Mọi sinh hoạt khác của ta cũng cần được chú tâm theo dõi kỹ càng như vậy. Và cũng có những lúc ta ngồi lại mà không làm gì hết, ý thức mà không cần chọn lựa một đối tượng nào, quan sát những biến chuyển tự nhiên.

Hỏi: Tiến trình của thân và tâm này bắt đầu từ lúc nào?

Đáp: Có câu chuyện kể về người bị bắn một mũi tên có tẩm thuốc độc. Bạn anh ta gọi một vị thầy thuốc đến để nhổ mũi tên ra và chữa trị cho anh. Nhưng anh lại nói: "Khoan đã, ông đừng lấy nó ra vội. Tôi muốn biết ai đã bắn mũi tên này, người ấy từ đâu đến, mũi tên ấy làm bằng gỗ cây gì, đuôi của nó là lông của loài chim nào, màu sắc ra sao..." Lẽ dĩ nhiên người ấy sẽ chết trước khi anh ta được thoả mãn những thắc mắc ấy. Cũng vậy, đức Phật cho rằng những câu hỏi triết học về nguồn gốc vũ trụ, của thế giới, vì sao nó lại bắt đầu... cũng giống như những câu hỏi của người bị tên độc kia. Chúng ta đang bị kẹt trong một tình thế bất an, tình thế của ta là một hiện tượng thân tâm luôn bị chi phối bởi *tham*, *sân*, *si* và đau khổ. Điều cần thiết là phải nhổ ngay mũi tên độc ấy, giải thoát tâm ta ra khỏi những tính chất khổ đau kia. Những câu hỏi có giá trị là những câu hỏi có thể áp dụng vào những gì ta đang kinh nghiệm ngay trong giây phút này.

Hỏi: Tại sao tham dục lại khởi lên?

Đáp: Khi chúng ta tiếp xúc với những sự vật vừa ý, ta muốn nắm giữ mà không hiểu rõ tính chất vô thường của chúng. Vừa khi chúng ta có chánh niệm, chú ý đến những gì đang xảy ra, thấy được sự sinh diệt của mọi vật, thì lòng tham dục, ý muốn nắm bắt sẽ giảm đi. Chẳng có gì để ta nắm giữ hết. Tất cả chỉ là bong bóng nước. Sự nhận biết được lý vô thường, sự tàn hoại của mọi vật sẽ đưa ta đến sự buông bỏ, một trạng thái không dính mắc. Tất cả đều có được nhờ chánh niệm, nhờ sự hoàn thiện của chính ta.

Trở thành một dũng sĩ là chuyện vô cùng cao thượng. Không ai có thể làm công việc ấy thay ta được. Mỗi người tự mình làm công việc ấy. Hãy ý thức trong mỗi giây phút, chú ý đến những gì đang xảy ra một cách trọn vẹn. Không có gì là huyền bí cả, phương pháp tu tập thật là đơn giản, trực tiếp và ngay thật, nhưng đòi hỏi sự thực tập. Thiền quán chỉ có nghĩa là như vậy.

Buổi sáng thứ mười một

Trò chơi định tâm

Sáng hôm nay chúng ta sẽ chơi một trò chơi, gọi là trò chơi *định tâm*. Luật chơi như sau: trong vòng một tiếng đồng hồ sắp tới, mỗi hơi thở ra, bạn đếm *một*, hơi thở kế tiếp bạn đếm *hai*, cho đến *mười*. Không được thiếu một hơi thở nào. Mỗi khi bạn thở ra, hay bụng xẹp xuống, đếm tăng lên một số. Nếu bạn không nhớ là mình đang đếm đến số mấy, hãy trở lại bắt đầu từ số một. Nếu bạn quên đếm vì đầu óc đang suy nghĩ việc gì khác, không chú ý đến hơi thở, hãy trở lại từ số một. Chỉ chú ý đến việc đếm hơi thở, quên hết mọi chuyện khác.

Có những chuyện có thể xảy ra. Hơi thở có thể sẽ trở nên bất thường, khi chậm, khi nhanh, khi sâu, khi cạn. Cứ chú ý đến hơi thở: từ một cho tới mười. Có lẽ sau năm phút, bạn sẽ bắt đầu có ý nghĩ: "Điều này thật là ngu xuẩn. Mình bỏ ra một tiếng đồng hồ ngồi đây đếm từ một đến mười để làm gì?" Hãy cứ tiếp tục đếm. Và nếu ý nghĩ đó làm bạn quên đếm một hơi thở, hãy trở lại từ đầu. Có thể có nhiều sự khó chịu, đau đớn nổi lên trong thân. Đừng để ý đến chúng. Chỉ tiếp tục đếm từ một cho đến mười. Đây là một phương pháp đặc biệt dùng để làm kiên cố thêm tâm hành *định* của ta, tập cho tâm ta có thể gắn kết với một đối tượng duy nhất.

Nếu bạn cảm thấy trò chơi này hữu ích trong việc tu tập, thỉnh thoảng bạn có thể xen lẫn phương pháp này vào những giờ ngồi thiền của mình.

Buổi tối thứ mười hai

Ba trụ pháp: Ba-la-mật

Thực hành và hiểu được Phật pháp là điều hiếm có và vô cùng quí báu. Rất ít người trên thế giới có được cơ hội này. Đa số bị kẹt trong vòng luẩn quẩn, chạy theo lòng tham và sự si mê, không ý thức được rằng mình có khả năng thoát ra khỏi vòng luân hồi, bánh xe của ái dục và sân hận. Cơ hội tu tập có được là nhờ vào điều mà tiếng Pali gọi là *Pāramī,* dịch âm là *Ba-la-mật. Ba-la-mật* có nghĩa là sự tích lũy năng lực của một tâm trong sạch. Mỗi khi tâm ta không bị ảnh hưởng bởi *tham, sân, si,* nó sẽ có một năng lực làm cho dòng tâm thức trở nên tinh khiết. Trên hành trình tiến hóa, chúng ta cũng tích lũy được khá nhiều năng lực trong sạch này trong tâm.

Chữ *Pāramī* đôi khi cũng được diễn dịch một cách rộng rãi là phần thưởng, công trạng. Nhưng chúng ta đừng hiểu lầm chúng như là những ngôi sao vàng thưởng cho mỗi việc thiện. Thật ra, *Pāramī* có nghĩa là một năng lực trong sạch trong tâm. Khi những yếu tố không tham, không sân, không si được tích lũy đầy đủ, *Pāramī* sẽ trở thành sức mạnh và sinh ra quả hạnh phúc đủ loại, từ những thú vui sắc dục ở thế gian cho đến sự an lạc giải thoát cao tột nhất. Không có gì trên đời này xảy ra một cách ngẫu nhiên, vô duyên cớ.

Có hai loại *Ba-la-mật*: sự trong sạch của hành động và sự trong sạch của trí tuệ. Hành động trong sạch là nhân duyên tạo nên những cảnh vật vui vẻ, hoàn toàn thuận tiện, tình thân thiết và cơ hội để nghe được Phật pháp. Thí dụ, khóa tu này không phải ngẫu nhiên mà xảy ra. Nó có được là nhờ ở sức mạnh của sự trong sạch có trong mỗi người chúng ta.

Loại *Ba-la-mật* thứ hai là sự trong sạch của trí tuệ, phát triển nhờ sự thực tập *chánh tư duy*. *Ba-la-mật* này giúp cho tuệ sáng suốt được tăng trưởng.

Cả hai loại *Ba-la-mật*, hai năng lực trong sạch này phải được phát triển đầy đủ thì ta mới có cơ hội để tu tập Phật pháp, cũng như có được một trí tuệ để lãnh hội.

Có ba *trụ pháp*, hay ba lãnh vực của hành động giúp vun trồng và củng cố các *Ba-la-mật*.

1. Bố thí:

Trụ pháp thứ nhất là *bố thí*. Bố thí là *tâm hành* không tham được biểu hiện ra hành động. Không tham có nghĩa là buông bỏ, không níu kéo, không bám víu. Mỗi khi chúng ta chia sẻ một việc gì, hay một vật gì, điều đó sẽ củng cố *tâm hành* thiện này, và dần dần nó sẽ trở thành một năng lực mạnh mẽ trong tâm.

Đức Phật dạy rằng, nếu chúng ta biết được lợi ích của sự bố thí, ta sẽ không bao giờ để một bữa ăn trôi qua mà không chia sẻ với người khác.

Kết quả của nhân bố thí là sự sung túc, đầy đủ và sự hòa hợp với những người chung quanh. Chia sẻ những gì mình có là một cách ứng xử vô cùng tốt đẹp, tình thân hữu sẽ được tăng trưởng nhờ đức tính vị tha. Cao thượng hơn nữa, tâm không tham có thể là một sức mạnh quan trọng cho sự giải thoát. Chúng ta bị trói buộc vì lòng tham và sự ái dục trong tâm. Thực hành bố thí tức là ta đang học cách tháo gỡ và buông bỏ những sợi dây xiềng xích này.

Có ba hạng người bố thí. Hạng thứ nhất là hạng người bố thí bần cùng. Hạng người này chỉ cho sau khi đã do dự, suy tính rất kỹ, và họ chỉ cho những gì dư thừa, cặn bã của họ. Họ suy nghĩ: "Có nên cho hay không? Cho như vậy có nhiều quá không?" Và có lẽ cuối cùng họ cũng chỉ cho đi những gì mà họ không thật sự muốn giữ lại.

Hạng thứ hai là hạng người bố thí theo nhân đạo. Hạng người này cho những thứ mà họ cũng có thể cần đến. Họ chia sẻ những gì của họ mà không tính toán nhiều với một tấm lòng rộng mở.

Hạng người bố thí cao thượng nhất là hạng người sẵn sàng dâng tặng ngay cả những gì mà họ quý trọng nhất. Họ chia sẻ một cách tự nhiên và tức thời, không cần cân nhắc. Sự bố thí đã trở thành một thói quen tự nhiên. Tâm không tham của họ vững mạnh đến mức họ có thể cho đi cả những gì mà họ trân quý nhất, bằng một thái độ thoải mái, nhẹ nhàng.

Đối với một số người, bố thí là việc rất khó khăn. Tâm tham của họ quá mạnh khiến họ luyến ái rất nhiều. Đối với một số người khác, hành động bố thí đến rất dễ dàng. Nhưng vấn đề đó không quan trọng. Dù chúng ta có bắt đầu ở hạng người nào đi chăng nữa, điều quan trọng là phải bắt đầu thực hành. Mỗi hành động bố thí sẽ dần dần làm tâm tham dục yếu đi. Chia sẻ rộng rãi là một lối sống đẹp trên cuộc đời này. Bằng sự thực hành, tất cả chúng ta đều có thể trở thành những người bố thí cao thượng nhất.

Có hai loại tâm thức hiện hữu trong mỗi hành động của ta. Một là loại tâm thức có tính cách thúc đẩy: đây là tâm suy nghĩ, tính toán, đắn đo trước mỗi hành động. Loại thứ hai là tâm thức tự nhiên, không khích động, nó là một thứ trực giác. Khi một hành động đã được ý thức kỹ lưỡng rồi, thì không cần thiết đắn đo nữa. Loại tâm thức này hoạt động trong giây phút hiện tại một cách thật tự nhiên. Bằng sự thực hành, chúng ta sẽ phát triển loại tâm thức mà trong đó sự bố thí là một biểu hiện tự nhiên.

Trong một tiền kiếp của đức Phật, khi còn là một vị Bồ Tát, một hôm ngài đi ngang qua vách núi và thấy một con cọp mẹ với hai con cọp nhỏ mới sinh. Cọp mẹ đang bệnh, không có đủ sữa cho hai con bú. Với lòng từ bi, ngài quên cả sinh mạng của mình, gieo mình xuống vực núi, hy sinh thân mình làm thực phẩm nuôi cọp mẹ, để nó có đủ sức khỏe lo cho hai đứa con. Đây là một hành vi bố thí thuộc hạng cao thượng nhất.

Dù chúng ta chưa đạt đến mức *vô ngã* như thế, nhưng câu chuyện trên vạch ra cho ta một hướng đi: vun trồng tâm bố thí vì lòng từ bi đối với tất cả chúng sinh. Trong nhiều bài pháp, đức Phật luôn khuyến khích ta hãy thực hành bố thí cho đến ngày nào nó trở thành biểu hiện tự nhiên của sự hiểu biết. *Bố thí* là một đại *Ba-la-mật*, nó được coi như là một đức đầu tiên trong sự toàn thiện của đức Phật. Và khi được vun trồng đầy đủ nó sẽ là nhân của những hạnh phúc lớn trong cuộc sống chúng ta.

2. Trì giới:

Trụ pháp, hay lãnh vực thứ hai của hành động trong sạch là giữ *giới luật*. Đối với hàng cư sĩ có nghĩa là giữ năm giới: *không sát sinh, không trộm cắp, không tà dâm, không vọng ngữ* và *không dùng những chất say* nào có thể làm mê mờ tâm trí.

a. Không sát sinh:

Mọi chúng sinh đều muốn được sống và được an vui. Không ai muốn khổ đau. Bảo vệ sự sống bao giờ cũng đem lại cho ta một tâm nhẹ nhàng, thư thái hơn là hủy hoại nó. Đem một con ruồi trong nhà thả ra ngoài sân bao giờ cũng làm cho ta thoải mái hơn là giết chết nó. Hãy tôn trọng mọi sự sống.

b. Không trộm cắp:

Có nghĩa là không lấy giữ những gì không phải là của mình.

c. Không tà dâm:

Có thể hiểu một cách đơn giản là đừng làm những hành động sắc dục nào có thể gây hại hay tổn thương cho người khác, hay tạo sự bất an, phiền não cho chính mình.

d. Không vọng ngữ:

Không chỉ là không nói dối mà còn có nghĩa là tránh nói những câu chuyện vô ích, nhỏ mọn. Chúng ta thường bỏ rất nhiều thời giờ ra để bàn tán về những lời đồn đại vô căn cứ. Chuyện đến trong đầu là ta cứ nói mà không cần suy nghĩ xem chúng có ích lợi gì không. Kiểm soát được lời nói là một cách để giúp cho tâm mình được an vui. Đừng nói những lời gây gổ hay chửi mắng. Lời nói phải nhã nhặn, gieo những hạt giống hòa ái và thân thiết giữa tất cả mọi người.

e. Không dùng chất say:

Trên con đường hướng đến sự giác ngộ, hướng về sự tự do và sáng suốt, ta nên tránh dùng những chất có thể làm cho tâm mình bị mê mờ và chậm lụt. Nhiều khi vì sự say sưa mà ta dễ dàng phạm vào những giới cấm khác.

Sự quan trọng và giá trị của những giới cấm có nhiều mức độ khác nhau. Giới cấm là một sự bảo vệ cho ta, giúp ta tránh tạo ác nghiệp. Ta sẽ không hành động vì lòng *tham, sân, si*, bởi biết rằng chúng là nhân của quả khổ đau trong tương lai. Khi chánh niệm vẫn còn đang phát triển, chưa được vững mạnh, sự quyết tâm giữ gìn giới luật sẽ nhắc nhở mỗi khi chúng ta sắp làm một việc bất thiện. Thí dụ như khi bạn sắp giết một con muỗi, tay bạn giơ lên sửa soạn đập xuống, thì ngay khi ấy giới cấm sát sinh sẽ khởi lên và trở thành nhân của chánh niệm.

Những hành động bất thiện sẽ tạo nên trạng thái mê mờ, hắc ám trong tâm. Còn những hành động có ý thức, tự chủ không làm các hành động bất thiện sẽ tạo cho ta một tâm nhẹ nhàng và sáng suốt. Khi bạn cẩn thận quan sát hoạt động của tâm trong mọi hành động, bạn sẽ bắt đầu kinh nghiệm được rằng, những việc làm do *tham, sân, si* sẽ khiến cho tâm nặng nề khởi lên. Giữ giới luật như là một cách sống giúp cho ta được an lạc, tâm ta luôn cởi mở và trong sáng. Đây là một lối sống thật thư thái và đơn giản. Hiểu được như vậy thì giới luật không phải là sự ngăn cấm khắt khe, mà chúng ta giữ theo là vì chúng có ảnh hưởng tốt đến giá trị của cuộc sống. Chúng ta không cần phải thần thánh hóa chúng, vì chúng chỉ là những biểu hiện tự nhiên của một tâm trong sáng.

Giới luật còn có một ý nghĩa sâu xa hơn thế nữa trên con đường tu tập. Chúng giải thoát tâm ta khỏi mọi hối hận và lo âu. Mặc cảm tội lỗi về những chuyện quá khứ không có ích lợi, chúng chỉ làm cho ta lo buồn thêm. Bằng cách tạo dựng một căn bản trong sạch cho hành động của mình trong giây phút hiện tại, ta có thể giúp cho tâm mình trở nên thư thái và an tĩnh một cách dễ dàng. Không có *định* thì sẽ không bao giờ có *tuệ*. Vì thế, nền tảng giới luật là một căn bản vô cùng cần thiết trên con đường tu tập.

3. Thiền:

Lãnh vực thứ ba của hành động trong sạch là *thiền*. Thiền được chia ra làm hai dòng chánh. Thứ nhất là thiền *chỉ* hay *định*, là khả năng tập trung tâm mình vào một đối tượng duy nhất trong một thời gian, mà không hề lo nghĩ lăng xăng hay lơ đãng. Khi tâm ta tập trung, nó sẽ có một khả năng soi thấu rất mãnh liệt. Một tâm ý tán loạn không thể nhìn thấy được tự thể của thân và tâm. Sự phát triển trí tuệ đòi hỏi tâm ta phải có một mức định tối thiểu nào đó.

Nhưng *định* không thôi cũng chưa đủ. Sức mạnh của tâm phải được sử dụng để phục vụ cho sự hiểu biết, đó là loại thiền thứ hai: thiền *quán*. Quán có nghĩa là nhìn thấy rõ được chân tướng của mọi hiện tượng, tự tính của vạn pháp. Mọi vật đều vô thường và luôn luôn biến chuyển, sinh diệt trong mỗi giây phút. Tâm thức, đối tượng, các tâm hành, thân: mọi hiện tượng đều nằm trong dòng sông vô thường. Khi tâm ta sáng suốt, ta có thể kinh nghiệm được sự biến chuyển liên tục này trên một bình diện thật vi tế: trong mỗi *sát-na* chúng ta đang chết đi và được sinh ra trở lại. Không có gì để nắm giữ, chẳng có gì để níu kéo. Không có một trạng thái nào của tâm hay thân, không có hoàn cảnh nào bên ngoài ta để bám víu, bởi vì tất cả đều thay đổi ngay trong giây phút này. Sự phát triển trí tuệ có nghĩa là kinh nghiệm được sự vô thường nơi chính ta, để bắt đầu buông bỏ, không còn mù quáng, níu chấp vào tiến trình thân tâm.

Kinh nghiệm được tính chất vô thường đưa đến một hiểu biết về sự không thỏa mãn bẩm sinh của tiến trình thân tâm: không thỏa mãn vì nó không có khả năng đem lại cho ta một hạnh phúc nào vĩnh viễn. Nếu chúng ta cho rằng thân của mình là nguồn gốc của hạnh phúc, an lạc thường hằng, tức là ta chưa thấy được sự hủy hoại không thể nào tránh khỏi của nó. Khi ta trở nên già, bệnh tật, tàn hoại và chết đi, những ai quyến luyến thân này sẽ rất khổ đau. Bản chất của bất cứ một vật nào có sinh ra đều là sẽ tàn hoại đi. Mọi yếu tố của thân, mọi yếu tố của tâm đều đang sinh ra và diệt đi ngay trong giây phút này.

Đặc tánh thứ ba của hiện hữu dưới sự quán sát của trí tuệ và chánh niệm là trong dòng hiện tượng này không có một cái gì gọi là *"tôi"*, *"ngã"* hay là *"của tôi"*. Tất cả chỉ là một dòng hiện tượng *vô ngã*, trống rỗng. Không có một thực thể nào đứng sau những hiện tượng ấy để kinh nghiệm. Cá nhân, chủ thể, tự nó cũng chỉ là một phần của tiến trình. Nếu ta biết vun trồng trí tuệ bằng chánh niệm, ba đặc tính này của hiện hữu sẽ tự nhiên hiển lộ.

Giả sử bạn có một hồ nước, trong hồ mọc đầy cỏ dại. Giữ giới luật cũng giống như cúi xuống, dùng tay vẹt cỏ để lấy nước uống. Cỏ dại vẫn còn đó, và khi bạn lấy tay lên, chúng sẽ trở lại phủ đầy mặt hồ. Những khi giữ giới luật, tâm ta trở nên trong sạch, nhưng ngay khi ta quên lãng, những dơ bẩn, ô uế sẽ trở lại với ta. Nếu bạn xây một hàng rào quanh bờ hồ, ngăn chặn những cỏ dại rong rêu ra chung quanh, nước bên trong sẽ trong sạch và có thể dùng được nhờ có hàng rào. Nhưng cỏ dại vẫn còn chung quanh đó, và nếu ta dời hàng rào đi nơi khác, chúng sẽ lan tràn lại như xưa. Hàng rào cũng giống như định lực trong tâm, có khả năng đè nén những tâm hành bất thiện. Còn trí tuệ cũng giống như khi ta bước xuống hồ và nhổ đi những cỏ dại, từng chút một, cho đến khi cả hồ được trong sạch. Nhổ như thế thì cỏ sẽ không còn mọc trở lại nữa. Trí tuệ là một phương pháp thanh lọc: khi những sự bất thiện trong tâm được quán chiếu cặn kẽ và cuối cùng bị bứng nhổ, chúng sẽ không còn khởi lên được nữa.

Trí tuệ là điểm cao tột nhất trên con đường tu tập, được bắt đầu bằng sự thực hành bố thí, giữ giới và phát triển định lực. Từ căn bản trong sạch ấy phát sinh một trí tuệ có khả năng soi thấu được thực chất của thân và tâm. Bằng cách giữ chánh niệm hoàn toàn trong giây phút hiện tại, những gì huân tập trong tâm ta từ bấy lâu nay sẽ bắt đầu hiển lộ. Mọi tư tưởng, mọi tà ý, tham dục, luyến ái, tình yêu, nghị lực, mọi niềm vui, tất cả những gì trong phạm vi tâm sẽ được mang lên bình diện nhận thức. Và bằng sự thực hành chánh niệm, không dính mắc, không ghét bỏ, không nhận một đối tượng nào làm mình, tâm ta sẽ trở nên thư thái và tự tại.

Đức Phật có nói về sức mạnh của các *ba-la-mật* này. Ngài nói rằng sức mạnh của *bố thí* sẽ được gia tăng bằng sự trong sạch của người nhận. Và thực hành từ bi quán với một định tâm còn hùng mạnh hơn là cúng dường Phật và toàn thể tăng đoàn của ngài gấp bội phần. Nhưng dũng mãnh hơn cả sự vun trồng những tư tưởng từ bi ấy là thấy được sự vô thường trong mọi hiện tượng, vì thấy được vô thường tức là khởi đầu của sự giải thoát.

Hỏi: Có một lúc tôi cảm thấy mình cho nhiều quá; tôi cảm thấy như mình bị lợi dụng. Ông có thể nói thêm về bản chất của bố thí khi nó đưa đến việc mình cảm thấy bị lạm dụng không?

Đáp: Chúng ta đều có những trình độ khác nhau. Chúng ta không phải đang ở trình độ của một vị Bồ Tát dám hy sinh thân mình để nuôi cọp mẹ và hai đứa con của nó. Có thể đôi khi ta có những thúc giục để làm những chuyện như vậy, để rồi theo sau là những hối hận. Đó không phải là một phương pháp khéo léo. Chúng ta phải ý thức được trong giờ phút này mình đang ở đâu và vun trồng sự bố thí sao cho thích hợp với mình. Tâm ta sẽ phát triển. Khi chúng ta thực hành bố thí, thì dần dần việc ấy sẽ trở nên tự nhiên. Và khi ta đạt được một sự quân bình, tâm ta sẽ trở thành hòa hợp, không có một mảy may hối tiếc nào theo sau cả.

Hỏi: Những giới luật có thể là sự chỉ đạo ở một trình độ nào đó, nhưng chấp cứng vào nó có nguy hiểm không? Giới cũng có thể là một trở ngại vì dù sao thì nó cũng chỉ là những ý niệm? Có những hành động có thể vì lòng từ bi nhưng lại phạm giới, như là nói dối để cứu một người nào. Khi giới luật và trực giác mâu thuẫn với nhau thì sao?

Đáp: Tất cả các hành động thiện phải được hiểu theo

những tâm hành mà chúng đang vun trồng, chứ không phải tự ở những hành động đó. Nếu chúng ta hành động vì lòng từ bi thì đó là hành vi thiện. Nhưng thường thì chúng ta chưa tới trình độ tỉnh thức đủ để có thể nhận biết mọi yếu tố liên quan đến hành động của mình. Khi ta chưa thể ý thức được hết thảy mọi động lực khiến ta hành động để phân biệt thiện ác, thì giới luật vẫn được xem như những quy tắc rất hữu ích. Một vị sư đến than phiền với đức Phật rằng ông không thể nào nhớ hết hơn hai trăm giới luật dành cho các vị tăng, chứ đừng nói gì đến việc giữ cho đừng phạm giới. Đức Phật hỏi: "Vậy ông có thể nhớ được một giới không?" Vị tăng trả lời: "Được." Đức Phật dạy: "Hãy giữ chánh niệm!" Mọi điều khác đều đến từ chánh niệm. Nếu bạn có thể giữ chánh niệm cho tinh chuyên, tự nhiên mọi hành động sẽ trở thành chân chánh.

Hỏi: Tôi thấy có một sự mâu thuẫn giữa việc theo con đường bố thí cao thượng và một cuộc sống được bảo đảm.

Đáp: Sự vun trồng hạnh bố thí cao thượng không cần thiết có nghĩa là ta phải mang hết tài sản của mình cho kẻ khác. Nó chỉ có nghĩa là ta bố thí với một tâm độ lượng, tùy theo hoàn cảnh. Chúng ta cũng có trách nhiệm đối với chính mình, phải biết duy trì một mức sống vừa đủ để mình có thể tu tập và vun trồng những yếu tố giác ngộ. Mức độ của sự bố thí sẽ tùy thuộc rất nhiều vào trình độ tiến hóa của tâm. Chúng ta không nên có một ý niệm cứng ngắc về sự bố thí rồi tự cưỡng ép, cố gắng làm theo như vậy. Chỉ đơn giản là ngay trong mỗi giây phút hiện tại hãy nắm lấy mọi cơ hội để vun trồng tâm hành không tham. Điều đó không phức tạp lắm đâu, hãy để nó tự nhiên hiển lộ. Đến khi nào bạn cảm thấy sẵn sàng gieo mình xuống vực thẳm để nuôi những con cọp, bạn sẽ làm chuyện ấy.

Hỏi: Tôi cảm thấy hơi bối rối về cách hiểu thế nào là nói dối.

Khi ta không nói lên những gì mà ta nghĩ là chân thật và thích hợp với hoàn cảnh, như vậy có gọi là nói dối không?

Đáp: Có những việc có thể là sự thật, là ý niệm chân chánh, nhưng nó không có ích lợi gì cho người khác, bởi vì người ấy không ở vào một hoàn cảnh có thể nghe và hiểu được. Chúng ta chỉ nên nói sự thật khi nào có ích lợi. Sống với sự thinh lặng thì tâm ý rất đẹp và an lạc. Nhưng điều ấy đòi hỏi nhiều chánh niệm, vì chúng ta rất dễ bị thôi thúc phải nói. Lời nói thoát ra ngay cả trước khi ta ý thức được rằng ta có điều gì muốn nói hay không. Điều đó rất máy móc. Nhưng khi chánh niệm được giũa mài sắc bén, chúng ta sẽ bắt đầu có ý thức trước khi nói: tác ý muốn nói khởi lên và ta lập tức có chánh niệm về nó. Và khi ấy ta có thể nhận biết chúng có chân thật và ích lợi hay không.

Buổi tối thứ mười ba

Sự tương đồng

Một số nhà thần học Công giáo có viết những áng văn rất hay, tương tự với sự thực hành của ta ở đây. Dưới đây là một đoạn văn của Thánh *John of the Cross*:

"Không phải vì ý muốn mà ta đã không viết cho các ông, thật sự thì ta luôn chúc lành cho các ông; nhưng bởi vì ta thấy những gì lợi ích cho các ông ta đã nói hết rồi, và sự cần thiết (nếu thật sự có một điều gì cần thiết) không phải là sự giảng thuyết hay viết thêm - bởi ta nghĩ đã đủ lắm rồi - mà phải là thinh lặng và thực hành. Trong khi sự giảng thuyết làm cho các ông bối rối, lo ra, thì im lặng và hành động sẽ tập trung lại tâm ý ta và nâng cao linh hồn. Một khi các ông đã hiểu được những gì ta muốn dạy cho các ông là tốt, thì thôi

đừng bàn luận hay tìm nghe giảng thêm làm gì nữa; hãy lo kiên trì mà thực hành những gì các ông đã học được, trong thinh lặng và chánh niệm."

Những việc chúng ta làm ở đây không phải là dễ, sự tu tập và thanh lọc tâm. Việc ấy đòi hỏi một sự kiên nhẫn và nghị lực rất lớn. Nó không thể tự nhiên xảy ra được. Nhưng bằng sự bền gan, vững chí mọi chuyện đều có thể đạt được.

Thánh *Francis de Sales* có viết:

"Mỗi khi tâm ông bị lo ra hay phân tán, hãy nhẹ nhàng kéo nó trở lại với sự suy niệm... Và cho dù ông có bỏ ra cả một giờ chỉ ngồi để cố đem tâm ý mình trở lại, để rồi nó lại đi mất ngay sau đó, thì một giờ ấy cũng đã được sử dụng một cách rất hữu ích."

Đừng để bị chán nản vì sự phân tâm hay vì những mơ mộng viễn vông của mình. Mỗi khi ý thức được tâm mình phóng đi một nơi khác, nhẹ nhàng đem nó trở về với hơi thở hoặc là cảm giác của ta. Không cần biết điều đó xảy ra bao nhiêu lần, nếu cứ mỗi lần tâm ta phóng đi, ta lại đem nó trở về, thì giờ ngồi thiền ấy sẽ rất có ích lợi. Hãy từ tốn với chính mình. Hãy kiên trì. Mặc dù có thể ta không nhận thấy rõ ràng, nhưng đang có một sự chuyển hóa lớn lao xảy ra nơi ta. Điều này cũng giống như trái cây đang chín trên cành. Ánh sáng mặt trời chiếu soi, trái cây chín dần, mặc dù ngày này sang ngày khác ta không nhận thức được sự biến đổi ấy. Tương tự như vậy, sự biến đổi và chín mùi trong tâm ta cũng đang tiến triển. Và như Thánh *John of the Cross* nói, chính trong sự thinh lặng và thực hành mà sự chuyển hóa này được hoàn tất.

Buổi tối thứ mười bốn

Tứ diệu đế

Thế giới này đầy dẫy những khổ đau. Mỗi ngày có hàng triệu người không đủ thực phẩm để nuôi thân, phải chịu đựng những cơn đói. Có hàng triệu người không đủ quần áo che thân, nhà cửa để trú ngụ, phải sống dưới những cơn mưa lạnh hoặc nắng cháy da. Lại có hàng triệu người phải gánh chịu những cơn đau gây ra do bệnh tật. Mặc dù con người đã sẵn có phương pháp trị liệu, nhưng họ vẫn không nhận được một sự chữa trị nào. Sự khổ đau trong việc sinh sản. Cái đau của người mẹ. Và hơn nữa, cái đau của đứa con khi được sinh ra, bị đẩy qua người mẹ, ra thế giới bên ngoài đầy những yếu tố va chạm, xây xát. Những thân thể bệnh hoạn, già yếu và suy nhược. Sự khổ đau của cái chết...

Có biết bao người trên thế giới này đang sống bất lực trong tay kẻ thù, trong tay những người muốn giết hại họ. Tại nhiều quốc gia, ngay giờ phút này đang có những tù nhân đang bị tra tấn, đánh đập. Rồi còn sự tàn bạo của chiến tranh. Những con người có tình cảm giống như chúng ta, bất lực khi đối mặt khổ đau, họ không thể làm gì khác hơn được.

Có biết bao lần ta phải đối diện với những hoàn cảnh giống như thế, và trong tương lai sẽ còn biết bao lần nữa. Chỉ cần một chuyển động nhẹ của bánh xe nhân quả là ta có thể trở thành những con người đó. Mang tấm thân này là ta mang trên người bao mầm mống khổ đau. Đã bao lần ta kinh nghiệm chúng, và sẽ còn bao nhiêu lần nữa?

Những yếu tố vật chất trong thân ta được gọi là *tứ đại*. Chúng được gọi là *"đại"*, có nghĩa là lớn, vì năng lực tàn hoại của chúng. Bốn yếu tố cấu tạo nên thân ta cũng chính là bốn yếu tố cấu tạo nên quả đất này, mặt trời, các hành tinh, và những vì tinh tú trong vũ trụ. Chính bốn yếu tố này mà ta đang kinh nghiệm trong thân, chúng hoạt động theo một định luật tự nhiên, cũng là nguyên nhân tạo dựng và tan rã của những thái dương hệ hoặc các dãy ngân hà. Năng lượng của chúng rất vĩ đại.

Trong một thời gian ngắn ngủi, tứ đại hòa hợp với nhau. Sự hòa hợp tạm bợ này làm ta quên đi bản chất tàn hoại của chúng, cho đến khi chúng biến đổi theo định luật tự nhiên, trở nên mất thăng bằng và dẫn đến sự tàn hoại, tan rã của thân thể, đau khổ và chết. Chúng ta như những đứa trẻ con vui chơi trong một căn nhà đang bị cháy. Những đứa trẻ con đang mải mê chơi đùa, ham mê những thú vui tạm bợ, hoàn toàn quên đi quanh mình lửa đang bừng bừng thiêu đốt. Nhưng trời đất vẫn còn lòng nhân từ, đã sai sứ giả đến báo trước những nguy hiểm, những khổ đau đang hiện diện trong mọi khía cạnh. Vị sứ giả ấy đang ngày đêm đặt ra cho chúng ta những câu hỏi rằng:

- Ngươi có thấy trong cuộc đời này có những ông lão, bà lão 80, 90 hay 100 tuổi, yếu đuối, lưng cong vòng như mái nhà, cúi xuống vịn người trên chiếc gậy, chập chững bước, suy nhược, tuổi trẻ đã mất lâu rồi, răng rụng, tóc bạc thưa. Và có bao giờ ngươi nghĩ rằng, rồi một ngày mình cũng sẽ bị tàn tạ như vậy? Ngay cả ngươi cũng sẽ không thể nào trốn tránh khỏi?

- Ngươi có thấy trong cuộc đời này có những người đàn ông, đàn bà bệnh hoạn, đau khổ vì các chứng bệnh nan y, nằm trên những phẩn uế của chính mình, phải nhờ người này đỡ ngồi dậy, nhờ người kia đặt xuống giường... Và có bao giờ ngươi nghĩ rằng, rồi một ngày mình cũng sẽ bị bệnh hoạn như vậy? Ngay cả ngươi cũng không thể nào thoát khỏi?

- Ngươi có bao giờ thấy trên cõi đời này, thây ma của một người, sau khi chết một, hai hoặc ba ngày, sình lên, màu bầm tím, hôi thối. Và có bao giờ ngươi nghĩ rằng, một ngày nào đó mình cũng sẽ bị cái chết tìm đến. Ngay cả ngươi cũng không thể nào thoát khỏi?

Tất cả chúng ta đều bị chi phối bởi những điều ấy. Cái chết không chừa một ai. Nó là sự chấm dứt của tất cả. Không ai có thể trốn tránh sự thật này.

Rồi còn những nỗi đau của tâm. Buồn khổ, thất vọng, lo âu, hồi hộp, tức giận, căm hờn, sợ hãi, ái dục, chán nản. Chúng ta còn phải chịu vướng trong bẫy rập của sinh tử luân hồi, lôi kéo bởi tham dục và si mê trong bao lâu nữa? Nỗi khổ bất tận... Mỗi sáng thức dậy với những màu sắc và mùi vị, âm thanh và cảm giác, ý nghĩ... lặp đi lặp lại vô tận. Chúng ta sống một ngày, qua một giấc ngủ, rồi lại thức dậy với cũng bấy nhiêu màu sắc, mùi vị, âm thanh, cảm giác và ý nghĩ... trở đi, trở lại không dứt.

Cũng giống như những đứa trẻ mê chơi trong căn nhà lửa, chúng ta không chịu mở mắt nhìn những nỗi đau trong cuộc sống của mình. Chúng ta nhốt những người già, người bệnh vào nhà thương, viện dưỡng lão để ta khỏi phải chứng kiến những nỗi sầu khổ của họ. Chúng ta đuổi những kẻ ăn mày ra khỏi đường phố của mình, để ta khỏi thấy những nhục nhằn của sự nghèo khổ. Chúng ta chưng diện cho những thây ma để che giấu đi cái chết.

Chân lý đầu tiên đức Phật đã dạy là sự *khổ*. Dù chúng ta có chối bỏ đến đâu đi nữa, thân này rồi một ngày cũng sẽ già nua, bệnh hoạn. Rồi ta sẽ chết. Dù ta có cố tìm quên lãng trong bao nhiêu thú vui đi chăng nữa, thì sự có mặt của giận hờn, thù ghét, lo âu, bối rối và căng thẳng vẫn còn tồn tại. Chúng ta bị thiêu đốt trong ngọn lửa tham, sân. Cho nên, chân lý đầu tiên, sự thật trước hết là đau khổ.

Đức Phật không dừng lại ở đó. Sau khi chỉ cho ta thấy sự thật khổ đau, ngài giải thích cho ta nghe về nguyên nhân của chúng. Cái gì đã trói cột chúng ta vào vòng quay khổ lụy này? Đức Phật chỉ ra rằng sự trói buộc ấy nằm ngay trong tâm của mỗi chúng ta. Chúng ta bị trói buộc vì lòng ái dục. Chúng ta lăn theo bánh xe khổ đau vì ta đeo bám nó, và chúng ta đeo bám nó vì vô minh, hay sự ngu si, mê muội.

Có bốn sự si mê lớn là nguyên nhân chánh hằng trói buộc chúng ta vào vòng quay khổ đau. Mối đam mê đầu tiên là *sắc dục*. Sắc dục khiến ta lúc nào cũng đi tìm những âm thanh và hình ảnh dễ chịu, những mùi vị ưa thích, những cảm giác êm ái của thân thể. Chúng ta cứ mải mê đi tìm những thú vui tạm bợ, mỏng manh. Ta đeo đuổi chúng như là chúng có thể giải quyết những khó khăn của ta, như là chúng có thể đem đến sự chấm dứt khổ đau. Chúng ta sống trong sự mong đợi hai tuần nghỉ hè sắp tới, mong đợi một mối liên hệ tình cảm kế tiếp, hoặc một cái gì đó để chiếm hữu... Lúc nào ta cũng chờ đợi một hạnh phúc nào đó trong tương lai, ngoài tầm tay với.

Mulla Nazrudin là một tu sĩ nổi danh của *Hồi giáo*. Một hôm ông đi xuống chợ và thấy một thúng ớt cay bán hạ giá. Ông mua hết cả thúng, đem về nhà và bắt đầu ngồi ăn. Những đệ tử của ông nhìn thấy ông mặt mày đỏ ké, nước mắt tuôn chảy, miệng lưỡi bị nóng phỏng, bèn kêu lên:

- Thầy ơi, tại sao khổ như thế mà thầy vẫn cứ ngồi ăn hoài vậy?

Nazrudin lấy tay bốc thêm một trái ớt bỏ vào miệng rồi đáp:

- Ta hy vọng rồi sẽ có một trái ớt ngọt!

Mối si mê thứ hai là sự cố chấp vào ý kiến và quan điểm của mình. Chúng ta có rất nhiều ý kiến về những sự việc chung quanh. Biết bao nhiêu là thành kiến. Cố chấp vào quan điểm của mình là một trở ngại rất to tát. Nó ngăn chặn không cho ta nhìn thấy chân tướng của sự vật. Những thành kiến cá nhân giống như một lăng kính màu làm sai đi sự thật. Một thiền sư Thái Lan khi được hỏi, những học trò của ông bị trở ngại nào lớn nhất, ông đáp: "Ý kiến, quan điểm, ý niệm về mọi việc, về chính họ, về phương pháp tu tập, về giáo lý của đức Phật. Đầu óc họ lúc nào cũng đầy dẫy những ý kiến. Họ cho mình là khôn khéo nên không thèm lắng nghe ai hết. Cũng giống như một tách nước vậy. Nếu tách ấy chứa đầy nước dơ, bẩn đục thì cũng chỉ là vô dụng. Chỉ khi nào đổ đi nước cũ thì ta mới có thể sử dụng tách ấy lại được. Họ phải bỏ qua một bên những ý kiến của mình thì mới có thể thấy biết được."

Vị tổ thứ ba của thiền Trung Hoa là Tăng Xán có viết: *"Đừng đi tìm kiếm chân lý. Hãy thôi nâng niu những ý kiến của mình."*[1] Nếu chúng ta dẹp được mối si mê này, giáo pháp sẽ phô bày. Mọi hiện hữu sẽ có mặt. Chúng ta cần phải buông bỏ những thành kiến của mình về bản chất sự vật và những mơ ước về chúng. Hãy buông bỏ sự cố chấp vào những ý kiến của mình. Đây chính là mối ràng buộc lớn thứ hai, đã giữ chúng ta trong vòng luân hồi đau khổ.

Sự si mê thứ ba là cố chấp vào các lễ nghi và hình thức: cho rằng chỉ cần thắp một nén nhang hay đốt một ngọn nến đặt trên bàn thờ là mọi việc sẽ trở nên suôn sẻ. Những nghi lễ như đốt hương, thắp nến, đọc kinh, trì chú thường được thực hành với hy vọng sẽ có khả năng làm chấm dứt được khổ đau này. Ngay chính việc cố chấp vào những pháp tu, cố gắng để trở nên đạo đức, hay bất cứ hình thức tâm linh gắn liền với vật chất nào cũng đều là những sợi dây xích trói buộc ta.

Sự si mê thứ tư rất kín đáo và sâu xa, đó là *chấp ngã*, nghĩa là chấp có một *cái ta* riêng biệt cùng những sở hữu của nó, tin tưởng rằng có một tự thể thường hằng trong thân tâm

---

[1] Bất dụng cầu chân, duy tu tức kiến. (不用求真，唯須息見。) Tín tâm minh, Tam tổ Tăng Xán.

để kinh nghiệm những gì đang xảy ra. Bởi sự tin tưởng này mà chúng ta đã lao vào những hành động bất thiện, đủ mọi tham, sân, si chỉ để cố thỏa mãn *cái ta* này, một *cái ta* không hề có thật. Sự *chấp ngã* này rất sâu đậm, mọi hành động của ta đều xoay quanh nó, càng lúc càng buộc chặt ta vào một khối khổ đau.

Chân lý thứ hai đức Phật đã dạy là nguyên nhân của khổ đau: *lòng ái dục.* Đam mê sắc dục, cố chấp vào quan điểm và ý kiến của mình, mê muội tin rằng những lễ nghi, hình thức bên ngoài có khả năng diệt được khổ đau, và nhất là cố chấp vào một *cái tôi* thường hằng, bất biến. Không một ai bắt ta phải cố chấp. Không một quyền lực nào bên ngoài chúng ta giữ ta trong vòng sinh tử luân hồi. Chỉ có sự cố chấp, luyến ái trong tâm ta là có thể làm được chuyện đó mà thôi.

Ở châu Á người ta dùng một cái bẫy rất đặc biệt để bắt khỉ. Một trái dừa được khoét lỗ để có thể buộc chặt vào một cây cột đóng trên mặt đất. Người ta khoét một lỗ nhỏ vừa lọt bàn tay con khỉ và bỏ vào bên trong một thứ đồ ăn ngọt. Cái lỗ được khoét thật khéo léo, sao cho vừa đủ để con khỉ có thể đút tay vào, nhưng nếu nó nắm tay lại thì sẽ không thể rút trở ra. Con khỉ đánh hơi được mùi thức ăn ngọt sẽ tìm tới, đút tay vào để bốc lấy thức ăn, rồi không thể rút tay ra được vì nắm chặt thức ăn. Khi người đặt bẫy đến, con khỉ sẽ sợ hãi quýnh quáng nhưng không cách nào chạy đi được. Sự thật là không có ai bắt giữ nó, ngoại trừ lòng tham của chính nó. Muốn thoát đi, nó chỉ cần mở cái nắm tay ra. Nhưng vì lòng tham quá mạnh nên hiếm khi có con khỉ nào thoát được bằng cách đó.

Chính vì lòng tham dục và quyến luyến trong tâm đã giữ chúng ta trong bẫy sinh tử này. Chúng ta chỉ cần mở nắm tay ra, buông bỏ hết những cố chấp, những tham muốn là có thể bước đi tự do.

Chân lý thứ ba đức Phật đã dạy là sự chấm dứt của khổ đau. *Niết-bàn* là một trạng thái thoát ra ngoài tiến trình thân tâm, không còn bị chi phối, ảnh hưởng bởi bản chất khổ đau của chúng. Tự tại, an lạc, thanh tịnh, tươi mát, buông xả... như là bỏ xuống một gánh nặng trên vai.

Niết-bàn có hai loại: loại thứ nhất là *Niết-bàn* nhất thời, tức là sự tự tại của một tâm thức không bị chi phối bởi tham, sân, si trong từng giây, từng phút. Mỗi giây phút không bị ảnh hưởng bởi những sự bất thiện là một giây phút của tươi mát và an lạc. Còn loại *Niết-bàn* thứ hai là một trạng thái thoát ra ngoài mọi tiến trình, là sự chấm dứt hoàn toàn của khổ đau, dập tắt hẳn đi ngọn lửa đang thiêu đốt.

Ví như có những người đang sống trên một vùng sa mạc khô cằn. Nước rất hiếm, thực phẩm không đủ, và không có gì để bảo vệ họ khỏi ánh nắng thiêu đốt của mặt trời. Nhưng những người ấy đã quen sống trong hoàn cảnh ấy từ thuở nhỏ. Cha ông của họ cũng đều như vậy, nên họ cho đó là tự nhiên và lấy đó làm hài lòng. Cho đến ngày kia, có một người trong bọn họ đi đến một nơi có thời tiết mát mẻ, thực phẩm đầy đủ, khi ấy anh ta mới ý thức được những điều kiện và hoàn cảnh bất lợi, cực khổ mà anh đã từng chịu đựng.

So với sự an lạc, tươi mát và thinh lặng của *Niết-bàn* thì những tiến trình dài vô tận của thân tâm, sự sinh diệt không ngừng là một gánh nặng to lớn, một khổ đau vĩ đại. Chân lý thứ ba là sự an lạc mà đức Phật nói rằng trên đời này không có gì là hạnh phúc hơn.

Đức Phật cũng chỉ ra cho chúng ta con đường để đi đến sự an lạc này. Đây không phải là một giáo lý bí mật chỉ dành cho một số người. Chân lý thứ tư là *Bát chánh đạo*, một phương pháp để buông bỏ gánh nặng đau khổ.

Đây không phải là con đường cực đoan. Nó không đòi hỏi ta phải hành hạ thân tâm, không buộc ta phải đi tìm đến những nơi hẻo lánh, cũng không phải là con đường khổ hạnh, không phải là con đường của sự sa đọa trong sắc dục. Đây là con đường trung đạo, con đường của sự tỉnh thức. Đi theo con đường này, ta luôn có chánh niệm về những gì đang xảy ra quanh mình, luôn có ý thức rõ ràng, không quyến luyến, không ghét bỏ, không nhận lầm những hiện tượng là *cái tôi*, ta sẽ giải thoát tâm mình ra khỏi những điều bất thiện trong từng giây phút.

Chân lý về khổ đau phải được ý thức. Chân lý về nguyên nhân khổ đau phải được hiểu rõ. Chân lý về sự chấm dứt khổ đau phải được kinh nghiệm. Và con đường để chấm dứt khổ đau phải được thực hiện bởi mỗi chúng ta. Sự giác ngộ của đức Phật giải quyết những vấn đề cho ngài chứ không giải quyết những khổ đau của ta. Ngài chỉ vạch ra cho ta thấy một con đường để tự ta đi tới. Không có một công thức huyền bí nào có thể đưa ta ra khỏi khổ đau. Mỗi người phải tự thanh lọc tâm mình, bởi vì chỉ có những ái dục trong tâm mới có khả năng trói buộc ta mà thôi.

Buổi tối thứ mười lăm

Sự cương quyết nửa vời

Trong khi ngồi thiền, việc giữ cho thân được an tịnh có một ảnh hưởng rất lớn đến sự an tịnh của tâm. Một phương cách để gia tăng định lực là trước mỗi giờ ngồi thiền bạn nên nhất quyết rằng mình sẽ không thay đổi thế ngồi trong suốt một giờ đó. Những lần đầu có thể rất khó khăn, nhưng nếu bạn có một nghị lực vững mạnh, bạn có thể ngồi và quan sát bất cứ chuyện gì xảy ra. Cho dù bạn có cảm thấy tâm mình trở nên bất an, bồn chồn, căng thẳng hay đang đương đầu với cái đau, điều trọng yếu là khi đã quyết định một việc gì rồi bạn hãy giữ nó cho đến cùng. Định lực và sự tinh tấn của bạn sẽ được tăng trưởng mãnh liệt, và sau vài lần ngồi như vậy bạn sẽ cảm thấy việc ngồi yên trở nên dễ dàng hơn.

Hãy giữ cho tâm bạn luôn ở trong trạng thái bất bạo động khi quán chiếu bất cứ đối tượng nào. Được như vậy thì sẽ không có gì là chướng ngại hay khó khăn. Mọi đối tượng của thân hay tâm, trong hay ngoài, đều đi qua trong một không gian chánh niệm. Đừng vận dụng tâm để chạy theo hay trốn tránh bất cứ đối tượng nào: đó là sự bất động của tâm ý. Khi ấy, tâm ta sẽ trở nên tĩnh lặng và quân bình, và nhờ đó ta có thể nhìn thấy một cách rõ ràng, trong mỗi giây phút, sự sinh diệt của từng hơi thở, từng cảm thọ, tư tưởng, cảm giác, âm thanh, mùi vị và hình ảnh.

Hãy ý thức được dòng vô thường. Không có gì để ta nắm bắt, không có gì để quyến luyến. Trong đoạn cuối của sách *Mount Analogue* có một ví dụ cho ta thấy sức mạnh của sự vô thường và một thái độ thích hợp cho ta:

"Đừng bao giờ dừng lại trên một triền núi cao. Cho dù bạn có nghĩ rằng bàn chân mình đang đứng vững vàng, vì khi bạn dừng lại để thở và nhìn trời cao, thì đất dưới chân cũng đang bắt đầu lún xuống vì sức nặng của bạn. Những viên đá sỏi sẽ rơi ra từ từ và rồi đột nhiên tất cả sẽ sụp đổ dưới chân bạn và phóng bạn đi như một chiếc tàu hạ thủy. Ngọn núi lúc nào cũng chờ đợi một cơ hội để quật ngã bạn."

Không có thì giờ để cho ta ngừng nghỉ, nắm bắt, dù chỉ trong phút chốc. Mỗi khi ta cố gắng níu kéo một cái gì, ta sẽ bị lôi cuốn, trôi lăn theo những ý nghĩ, ý niệm và sự tưởng tượng về nó.

Khóa tu này đã kéo dài gần nửa thời gian rồi. Thường thì vào khoảng nửa chương trình, không cần biết khóa tu dài bao lâu, tâm ta thường sinh ra chán nản, hơi lười biếng, dễ duôi và bồn chồn đôi chút. Ta tự nghĩ rằng: "Mình đã cố gắng tinh tấn từ lúc mới bắt đầu đến giờ, lúc này mình có thể nghỉ ngơi một chút."

Hãy có chánh niệm về việc này. Đây là lúc để ta gia tăng nghị lực, chứ không phải là lúc để giải đãi. Hãy nghĩ lại công phu tu tập của bạn trong hai tuần vừa qua. Hãy nhớ lại giai đoạn mới bắt đầu, ngồi yên trong một tiếng đồng hồ là khó khăn đến thế nào. Bây giờ thì bạn đã phát triển được một sức mạnh trong tâm, một năng lực của *định* và *quán*. Giai đoạn đầu của khóa tu là để xây dựng nền móng, để vượt qua những khó khăn thô lậu, những trở ngại không cho bạn ngồi yên trong một tiếng đồng hồ. Những khó khăn đó đã được ta vượt qua một phần nào rồi. Tâm ta đã tĩnh lặng xuống. Nó bắt đầu thẩm thấu, bắt đầu quán chiếu và thấy được tiến trình hoạt động của thân tâm. Trí tuệ đang trưởng thành. Sự biến đổi của thân tâm rất khó có thể nhận diện được, vì nó thay đổi một cách vô thức trong từng giây phút. Nhưng sự tu tập đang dần dần trở nên sâu sắc. Trong thời gian còn lại, chúng ta có thể hoàn tất được nhiều điều lắm. Lúc này ta phải biết vận dụng năng lực để giữ cho tâm mình đừng rơi vào tình trạng mê ngủ, hôn trầm.

Một lần nữa, chúng ta hãy nhất quyết duy trì sự thinh lặng. Thinh lặng là cội nguồn của sức mạnh. Nó tạo nên một sự trong sáng, nhờ vậy mà mọi hình trạng của tâm đều có thể được hiển bày rõ ràng. Nếu cứ mỗi lần những bồn chồn, lười biếng, uể oải trong ta khởi lên, ta lại mở miệng để nói, thì ta sẽ mất đi một dịp để quán chiếu chúng. Sự thinh lặng giúp ta ý thức được những gì đang xảy ra, những tiến triển và suy thoái.

Mục đích của thiền quán không phải là để ngồi yên với sự an lạc, nhưng là để kinh nghiệm được sự nhất như của thân tâm. Kinh nghiệm một cách trọn vẹn mọi đau nhức, mọi cảm giác an lạc, tất cả những uể oải, buồn chán và những khi tâm ta đạt được một sự tập trung sắc bén. Sự thinh lặng tạo ra một không gian tĩnh mịch để ta có thể quán sát được các hiện trạng này. Nói chuyện nhiều sẽ tạo nên một vòng xoắn ốc đi xuống. Khi ta bất an, ta bắt đầu nói chuyện. Sự trò chuyện khiến ta mất định lực và vì vậy tâm ta lại càng thêm bất an. Tinh tấn, duy trì nghị lực và tạo một không gian tĩnh lặng quanh ta sẽ làm gia tăng thêm sức mạnh cho sự tu tập. Làm sao biết chắc được đến bao giờ ta mới có một dịp tu tập như thế này? Trong hoàn cảnh này, chúng ta đang có những điều kiện thuận lợi rất đặc biệt. Nơi đây rất lý tưởng để ta có thể thám hiểm chính mình, tìm xem ta thật sự là ai. Đừng lãng phí cơ hội quí báu này.

Một yếu tố nữa có thể giúp ta gia tăng chánh niệm là hãy từ tốn, chậm lại. Hành động một cách chậm rãi. Hãy xem mỗi hành động trong ngày như là một đối tượng của thiền quán. Từ khi thức dậy cho đến khi đi ngủ, hãy ghi nhận mọi việc xảy ra một cách rõ ràng và sáng suốt: trong mỗi hành động khi tắm rửa, khi thay đồ, khi ăn uống...

Từ lâu nay chúng ta thường có thói quen làm việc gì cũng vội vã, hối hả chạy về tương lai, lao nhanh đến những hoạt động kế tiếp, nên lúc nào cũng ở trong một giai đoạn chuyển dịch, nối tiếp...

Hãy cố gắng an trú trong giây phút hiện tại này. Không có gì đáng để cho ta phải vội vã. Không có một nơi chốn nào để đi đến. Mục đích của chúng ta ở đây là để vun xới khả năng ghi nhận những gì đang xảy ra trong giây phút hiện tại. Đừng ép buộc, cũng đừng nỗ lực quá. Hãy an trú trong giây phút này, đừng toan tính hay dự liệu một điều gì cho tương lai. Giữ tâm mình thoải mái, nhưng với một chánh niệm sâu sắc. Tâm ta sẽ dần dần thâm nhập vào những mức độ sâu thẳm hơn. Sự thinh lặng và thái độ từ tốn không chỉ giúp ích cho chính mình, mà còn cho cả những người quanh ta nữa. Khi chúng ta nhìn thấy một người nào đó vội vã, điều đó sẽ khơi dậy tính hấp tấp trong ta. Và khi ta thấy một người hành động khoan thai, có chánh niệm, tự nhiên ta cũng sẽ giữ chánh niệm. Hãy ý thức được giá trị và ích lợi của mình đối với người khác. Khóa tu là một sự quân bình thật đẹp: mỗi người tự tu trong thinh lặng và tĩnh mịch, nhưng cũng tạo ra môi trường giúp đỡ cho cả nhóm.

Buổi tối thứ mười sáu

Nghiệp báo

Có một người hỏi đức Phật rằng tại sao có người sinh ra lại giàu có, trong khi những người khác nghèo khổ; có người được thân thể khỏe mạnh, trong khi kẻ khác lại ốm yếu, bệnh tật? Tại sao có người đẹp đẽ và có người lại xấu xí? Tại sao có người nhiều bạn hữu, trong khi người khác lại chẳng có ai? Điều gì có thể giải thích được sự sai biệt này giữa mọi người với nhau?

Đức Phật trả lời rằng mỗi người đều là kẻ thừa kế, nhận lấy những nghiệp báo mà chính họ đã tạo ra trong quá khứ. Thật ra, chính vì những việc làm trong quá khứ mà chúng ta mới sinh ra trong cõi này. Cuộc sống mà chúng ta đang kinh nghiệm trong giờ phút hiện tại đây chính là kết quả huân tập của những việc làm trong quá khứ.

Đức Phật còn giải thích thêm rằng những hành động như thế nào sẽ đưa đến những kết quả như thế nào. Ngài nói, những ai làm việc giết hại sẽ bị chết yểu. Những ai phóng sinh sẽ có một cuộc sống trường thọ. Những người gây khổ đau cho kẻ khác sẽ sinh ra ốm yếu bệnh tật. Những ai theo con đường không bạo động, sẽ có một cuộc sống khỏe mạnh.

Đức Phật dạy rằng, những ai tham lam ích kỷ sẽ có một cuộc sống nghèo khó. Những ai biết bố thí, rộng rãi sẽ được giàu có sung túc. Đây chính là sự vay trả theo *luật nhân quả*. Mỗi hành động đều tạo thành một kết quả.

Những ai buông thả theo sự tức giận, luôn sử dụng ngôn ngữ thô lỗ sẽ có một vẻ ngoài khó coi, xấu xí. Còn những ai thực hành tâm từ bi, ăn nói dịu dàng, sẽ có một vẻ ngoài đẹp đẽ, sáng sủa. Chúng ta là người nhận lãnh kết quả những hành động của chính mình trong quá khứ. Những người thường có hành động bất hòa, tà dâm, trộm cắp, sẽ phải giao du với những kẻ mê muội, không có nhiều bạn hữu và sẽ không có cơ hội gặp Phật pháp. Còn những ai biết giữ giới luật sẽ gặp những hoàn cảnh thuận tiện, giao du với những thiện tri thức và được nhiều sự giúp đỡ trong cuộc sống. Những ai không bao giờ biết thắc mắc về cuộc sống này, không hề tìm hiểu bản tâm, cũng không để ý phân tách tự thể của sự vật chung quanh, sẽ sinh ra với sự ngu si và mê muội. Còn những ai biết thắc mắc, tìm hiểu, luôn đi tìm câu trả lời về ý nghĩa chân thật cuộc sống này, sẽ sinh ra làm người sáng suốt, khôn ngoan. Tóm lại, tất cả chỉ là sự vận hành của *luật nhân quả*.

Không có ai ở trên trời quyết định số mạng, vận mệnh của ta hết. Hiểu được luật nhân quả, ta sẽ có thể tự tạo lập số mệnh cho mình. Có những con đường dẫn ta đến nơi cao thượng, an lạc; cũng có những con đường đưa ta xuống chốn khổ đau. Khi chúng ta hiểu được điều này, ta được tự do hoàn toàn trong sự chọn lựa của mình.

Có bốn loại nghiệp chánh tác dụng đến đời sống chúng ta. Loại thứ nhất được gọi là *nghiệp tái sinh*. Chúng là sức mạnh quyết định cảnh giới cho kiếp sống sắp tới của ta, được tạo ra bởi những hành động mà ta đã làm. Những hành động này có khả năng dẫn ta tái sinh vào cảnh giới của người, hoặc những cảnh giới thấp hơn, hoặc cảnh giới của chư thiên, hoặc của loài *a-tu-la*.

Loại thứ hai là *nghiệp trợ duyên*. Đây là những hành động có ảnh hưởng duy trì và trợ lực cho nghiệp tái sinh. Thí dụ như ta có một nghiệp tái sinh tốt và được sinh vào cảnh giới người. Đây là một cảnh giới có hạnh phúc. Nghiệp trợ duyên là những việc làm giúp cho kiếp sống làm người của ta được thuận lợi hơn. Chúng duy trì cho nghiệp tái sinh được tốt và trợ lực cho các hạnh phúc được khởi sinh.

Loại thứ ba là *nghiệp bổ đồng*. Nó có ảnh hưởng ngăn trở nghiệp tái sinh. Giả sử ta có những thiện duyên và được tái sinh làm con người, nhưng chúng ta lại bị đủ mọi khó khăn, đau đớn, khổ cực. Đó là ảnh hưởng của *nghiệp bổ đồng*. Nghiệp tái sinh dẫn đến cảnh giới tốt có đầy thiện duyên, nhưng chúng bị ảnh hưởng của nghiệp bổ đồng làm suy yếu và trở ngại, khiến ta gặp nhiều hoàn cảnh khó khăn. Nhưng nghiệp bổ đồng cũng có tác dụng ngược lại. Giả sử có người bị tái sinh vào cảnh giới súc sinh. Đây là một nghiệp tái sinh xấu, vì bị sinh vào một cảnh giới thấp hơn. Nhưng nghiệp bổ đồng khiến cho kiếp thú đó lại trở nên rất dễ chịu, cũng giống như những con vật được nâng niu, chìu chuộng trong xã hội Tây phương. Những con vật này đôi khi lại còn được sung sướng, đầy đủ hơn nhiều người khác trên thế giới. Loại nghiệp này có tác dụng làm trở ngại nghiệp tái sinh xấu. Nó có ảnh hưởng hai chiều.

Loại nghiệp cuối cùng được gọi là *nghiệp tiêu diệt*. Nó có khả năng tiêu diệt hoàn toàn năng lực của một nghiệp khác. Giả sử bạn bắn một mũi tên vào không trung. Mũi tên bay theo một sức đẩy nhất định nào đó, và nếu không bị ngăn trở, nó sẽ tiếp tục bay cho đến khi hết sức rồi sẽ rơi xuống. Nghiệp tiêu diệt cũng như một chướng ngại vật chận đứng sức bay của mũi tên và làm nó rơi xuống đất. Có những người bị chết yếu. Những người này có thể có nghiệp tái sinh và nghiệp trợ duyên tốt đẹp, nhưng vì một hành động xấu nào đó trong quá khứ mà nghiệp tiêu diệt đã làm ngưng đường bay của mũi tên, tiêu diệt mọi năng lực của các nghiệp tốt khác.

Vào thời đức Phật, có một câu chuyện thí dụ cho ta thấy sự hoạt động của những nghiệp này. Có một người cúng dường thực phẩm cho một vị *A-la-hán*. Nhưng sau khi dâng thực phẩm lên, ông lại cảm thấy tiếc rẻ, hối hận. Trong bảy kiếp liên tiếp sau đó, ông ta được sinh ra làm người giàu có nhờ kết quả của việc cúng dường. Cúng dường cho một bậc giác ngộ được phước báu rất lớn. Nhưng kết quả của sự hối hận, tiếc rẻ là mặc dù ông ta sinh ra giàu có nhưng lúc nào cũng keo kiệt, hoàn toàn không hưởng được sự sung túc của mình. Những nghiệp khác nhau đem lại những kết quả khác nhau, tùy thuộc vào trạng thái tâm của ta lúc ấy.

Nghiệp tái sinh rất quan trọng và cần được hiểu rõ, vì nó có tác dụng quyết định cảnh giới tái sinh của ta. Đây là loại nghiệp hoạt động rất mạnh trong giây phút cuối cùng của sự sống. Trong giây phút lâm chung, có bốn loại nghiệp có thể khởi lên:

Thứ nhất là *trọng nghiệp*, có thể là nghiệp thiện hay nghiệp ác. Trọng nghiệp thuộc về ác có năm thứ, được gọi là ngũ nghịch đại tội. Đó là: giết cha, giết mẹ, giết *A-la-hán*, chia rẽ Tăng chúng và gây thương tích cho đức Phật. Chỉ một trong năm tội này có khả năng vượt trên mọi hành động trong quá khứ và quyết định việc tái sinh. Chúng chắc chắn sẽ tạo quả trước nhất nên gọi là trọng nghiệp.

Những trọng nghiệp thuộc về thiện là kết quả của việc tu tập đạt được trạng thái thiền định và duy trì cho đến khi lâm chung. Kết quả của nghiệp này là được tái sinh vào cảnh giới của chư thiên.

Trọng nghiệp bao giờ cũng giữ một địa vị ưu thế hơn mọi

loại nghiệp khác. Những trọng nghiệp khác thuộc về thiện là kết quả của những giai đoạn giác ngộ khác nhau. Chúng không quyết định chắc chắn cảnh giới tái sinh của ta, nhưng điều chắc chắn là sẽ giúp đi lên những cảnh giới tốt đẹp hơn. Chúng ngăn chặn sự tái sinh vào những thế giới thấp kém.

Những loại nghiệp không có một trọng nghiệp nào để làm điều kiện tái sinh thì được gọi là *cận tử nghiệp*, tức là nghiệp tạo bởi những hành vi cuối cùng trước khi lâm chung. Nói một cách khác hơn, trong giờ phút lâm chung, nếu ta chợt nhớ đến những việc làm thiện, hay có ai nhắc nhở ta về những việc làm thiện, hoặc là ngay trước khi lâm chung ta làm một điều gì tốt, chúng sẽ trở thành nghiệp quyết định sự tái sinh.

Vào thời đức Phật, có một tên sát nhân sắp sửa bị treo cổ, lúc ấy hắn chợt nhớ lại trong đời có một lần hắn đã dâng đồ ăn cho ngài *Sāriputra* (*Xá-lợi-phất*), một đại đệ tử của đức Phật. Tư tưởng cuối cùng của anh ta trước khi chết là về sự cúng dường này. Mặc dù trong suốt cuộc đời, anh ta đã làm biết bao điều tội lỗi, nhưng kết quả của tư tưởng lành cuối cùng đó đã giúp anh được tái sinh lên cõi trời.

Cận tử nghiệp cũng có tác dụng ngược lại. Nhưng chúng ta đừng nghĩ rằng những nghiệp thiện, ác khác tích lũy từ trước sẽ không theo ta. Điều này chỉ có nghĩa là *cận tử nghiệp* chiếm phần ưu tiên kết quả, có thể quyết định sự tái sinh của ta. Nhưng thường thì trong giờ phút lâm chung tâm ta rất dễ tán loạn, sợ hãi, nên tập trung tâm mình để nghĩ về một việc thiện đã làm không phải là chuyện dễ làm.

Nếu không có *cận tử nghiệp*, thì *thường nghiệp* sẽ hiện diện. *Thường nghiệp* là nghiệp tạo bởi những hành động thường xuyên lặp đi, lặp lại, hay những thói quen. Nghiệp này sẽ xuất hiện trong giờ phút lâm chung. Nếu có một người nào thường tạo nhiều nghiệp sát sinh, những tư tưởng ấy sẽ xuất hiện trong giây phút cuối, đó là kết quả của *thường nghiệp*. Nếu người thường làm nhiều việc thiện, bố thí rộng rãi, hay nhiều lần tu tập ngồi thiền, thì trong giờ phút cuối cùng sẽ nhớ lại những hành động ấy, hoặc thấy lại hình ảnh đang ngồi thiền trên tọa cụ. Điều đó sẽ trở thành nghiệp quyết định sự tái sinh vào đời sống kế tiếp.

Nếu không có *trọng nghiệp*, không có *cận tử nghiệp*, cũng không có một *thường nghiệp* nổi bật nào, thì *nghiệp tích trữ* sẽ xuất hiện để hướng dẫn sự tái sinh. Nếu cuộc đời chúng ta là một chuỗi dài vô tận của những hành vi thiện, ác lẫn lộn, thì bất cứ hành động nào trong quá khứ cũng có thể khởi lên trong phút lâm chung.

Có thể ví dụ sự hoạt động của những nghiệp này bằng hình ảnh một đàn bò nhốt chung trong một chuồng. Buổi sáng khi mở cửa, con bò ra đầu tiên sẽ là một con bò khỏe mạnh nhất. Nó chen lấn với những con khác để được ra trước. Nếu không có con bò nào là khỏe nhất, thì con ra trước nhất có thể là một con bò đứng cạnh cửa chuồng. Nó chỉ cần nhẹ nhàng lách mình đi ra. Nếu như cũng không có con bò nào đứng gần cửa chuồng, thì con bò ra trước nhất sẽ là con bò có thói quen hướng dẫn những con khác. Và nếu như chẳng có con bò nào có thói quen đó, thì bất cứ con bò nào trong đàn cũng đều có thể chen ra trước. Nghiệp lực hoạt động tương tự như thế vào giây phút cuối cùng của đời sống: *trọng nghiệp*, *cận tử nghiệp*, *thường nghiệp* và *tích trữ nghiệp*.

Có một yếu tố để giữ cho ta lúc nào cũng tiến về sự thanh nhẹ, hạnh phúc và an lạc, đó là chánh niệm. Chánh niệm có ảnh hưởng đến kết quả của *trọng nghiệp*, vì yếu tố giác ngộ. Chánh niệm cũng có ảnh hưởng đến kết quả ở *cận tử nghiệp*. Nếu chúng ta có ý thức một cách sâu sắc, thì dù trong giờ phút lâm chung tâm ta vẫn được quân bình và không bị chi phối bởi những sự bất thiện. Chánh niệm cũng là *thường nghiệp.* Nếu chúng ta thực tập mỗi ngày một cách chuyên cần, chánh niệm sẽ tự động khởi lên trong giây phút lâm chung. Ý thức chánh niệm mà chúng ta đang tu tập ở đây là một năng lực vô cùng quan trọng. Chính nó sẽ là yếu tố quyết định loại nghiệp nào hoạt động vào phút lâm chung.

Hỏi: Những sinh linh ở các cõi thấp hơn chúng ta có tạo nghiệp không? Thí dụ như một con chó có thể tạo nghiệp vì sự hiền lành, dễ thương hay hung dữ, bạo động của nó không?

Đáp: Chúng sinh nào cũng tạo nghiệp cả, loài thú cũng vậy. Bạn có thể thấy những con vật rất dữ tợn. Bạn có thể thấy được sự sợ hãi, giận dữ, thù ghét ở chúng. Cũng có những con vật rất đẹp, dễ thương, thoải mái. Tất cả đều tùy thuộc vào phẩm chất của tâm.

Hỏi: Có nghiệp chung cho một gia đình không?

Đáp: Có một loại nghiệp chung được gọi là *cộng nghiệp.* Thí dụ như một quốc gia theo một chính sách nào đó, sẽ tạo nên một *cộng nghiệp* cho quốc gia ấy. Chúng ta chịu chung một nghiệp với những người khác nếu chúng ta chấp nhận hành động của họ. Nếu chúng ta có tư tưởng chấp nhận việc làm của một người nào, thì cộng nghiệp sẽ phát sinh. Bạn có thể thấy rõ điều này vào thời chiến tranh. Những ai ủng hộ cuộc chiến sẽ phải cùng nhau chia sẻ nghiệp ấy. Còn những người không chấp nhận, sẽ tránh khỏi việc chịu chung cộng nghiệp đó. Khi còn ở Ấn Độ, tôi có quen một người bạn đến từ Hòa Lan. Anh ta kể lại chuyện của gia đình anh trong *Thế chiến thứ hai.* Anh nói rằng, không hiểu vì sao gia đình anh lúc nào cũng có đầy đủ thực phẩm, mặc dù cả nước đang trong tình trạng khủng hoảng, thiếu thốn thực phẩm, nhưng đây đó vẫn có một số người không phải chịu chung một hoàn cảnh đó. Bạn có thể thấy được ảnh hưởng của công nghiệp trên những người không tham dự hay ủng hộ đường lối bất thiện của một quốc gia, một tổ chức; họ không chịu chung một số mệnh. Và những người tán thành các hành động, chính sách nhân đạo sẽ huân tập được những thiện nghiệp về sau.

Hỏi: Có nhiều danh từ và thí dụ của ông đưa ra làm tôi hơi bối rối.

Đáp: Hãy gác qua một bên những thí dụ. Hãy đi thẳng vào vấn đề để tự trải nghiệm thế nào là chánh niệm. Khi có một tư tưởng khởi lên, bạn có hai sự chọn lựa: hoặc là tư tưởng khởi lên rồi bạn hoàn toàn bị nó lôi cuốn theo, không còn ý thức được mình đang nghĩ gì, hoặc là có sự hiện diện của chánh niệm và ý thức được rằng có một tiến trình tư tưởng đang hoạt động. Mỗi khi có chánh niệm, tư tưởng hay bất cứ đề mục quán niệm nào cũng đều đến rồi đi, nếu có ý thức một cách rõ ràng, tâm ta sẽ giữ được sự quân bình sau đó.

Những danh từ, chữ nghĩa mà tôi đã dùng, có người lãnh hội được, cũng có người không hiểu. Điều đó không quan trọng. Hãy chọn những danh từ, ý niệm nào giúp bạn làm sáng tỏ được vấn đề, còn lại thì cứ bỏ hết. Chỉ có kinh nghiệm được những gì đang xảy ra mới là quan trọng, chứ không phải sự mê muội chấp nhận những gì người khác nói. Trí tuệ phát xuất từ một nội tâm thinh lặng chứ không phải qua những lời phân tích, bàn luận.

Hỏi: Nhưng rất nhiều khi người ta ăn một cái bánh vì vẻ ngoài, vì màu sắc của nó.

Đáp: Cứ chọn những vẻ ngoài, những màu sắc nào hấp dẫn bạn. Nhưng nhớ là phải ăn cái bánh! Có một giáo sư đại học ra biển trên chiếc tàu nhỏ. Một hôm, ông hỏi người thủy thủ già: "Ông có biết gì về Đại dương học không?" Người thủy thủ già nói rằng ông ta thậm chí chẳng hiểu danh từ đó có nghĩa là gì. Giáo sư nói: "Ông đã bỏ phí mất một phần tư cuộc đời vì sống trên biển mà lại không biết gì về Đại dương học." Sau đó, vị giáo sư lại hỏi: "Thế ông có biết gì về Khí tượng học không?" Một lần nữa, người thủy thủ già đáp rằng ông chưa từng nghe qua danh từ đó. Giáo sư chép miệng than rằng: "Thật đáng tiếc! Vậy là ông đã bỏ phí cả một nửa cuộc đời rồi!" Lát sau, giáo sư lại hỏi: "Ông có biết gì về Thiên văn học không?" Người thủy thủ già đáp: "Tôi không biết gì cả." Vị giáo sư tỏ vẻ thương cảm: "Thật tội nghiệp! Ông đi biển cả đời, rất cần những vì sao để định phương hướng, nhưng ông lại không biết gì về Thiên văn học cả. Vậy là ông đã bỏ phí mất ba phần tư cuộc đời mình rồi!"

Không lâu sau đó, người thủy thủ già vội vã tìm gặp giáo sư và hỏi: "Giáo sư, ông có biết bơi không?" Vị giáo sư lắc đầu: "Không, tôi không biết. Tôi chưa học bơi bao giờ." Người thủy thủ già lắc đầu ái ngại: "Ồ, như vậy thật tội nghiệp cho giáo sư! Tàu chúng ta đang chìm. Vậy là giáo sư đã bỏ phí cả cuộc đời mình rồi!"

Hãy nhớ, chỉ có môn bơi lội mới thật sự là quan trọng!

Buổi tối thứ mười bảy

Bài thực tập: Hôn trầm

Mỗi khi có một cơn đau xuất hiện ở đâu đó trong thân, ta thường có khuynh hướng phản ứng bằng cách căng thẳng những bắp thịt ở một nơi khác. Vì vậy, thỉnh thoảng ta nên buông thư, thả lỏng toàn thân, từng bộ phận một, buông thả sự căng thẳng tích tụ vì những phản ứng sâu kín đối với các cảm giác khó chịu. Nhờ vậy ta có thể tiếp tục ngồi lại mà quán chiếu các hiện tượng một cách dễ dàng hơn.

Hãy tận dụng những giờ ngồi yên của mình để ngồi yên hoàn toàn không cử động hay nhúc nhích. Sự quyết tâm này sẽ làm gia tăng sức mạnh của tâm trên nhiều lãnh vực khác nhau. Sự tinh tấn và năng lực sẽ được thêm vững mạnh, và sự yên lặng của thân sẽ làm tăng trưởng định lực và chánh niệm. Thông thường thì thân ta phản ứng đối với mọi cảm giác hay cảm thọ khó chịu, dù chúng thật nhỏ nhặt, bằng cách nhúc nhích thân thể. Nhưng chúng ta ít khi ý thức được tiến trình đó: cảm thấy hơi khó chịu, cho nên đổi tư thế một chút. Bằng cách cương quyết không cử động trong một giờ đồng hồ, chúng ta sẽ không thể nào trốn chạy, chúng ta buộc phải ý thức những giây phút khó chịu ấy và những phản ứng của ta đối với chúng. Bạn cũng có thể tăng những giờ ấy lên. Nếu bạn thấy dễ dàng hơn, hãy quyết định ngồi lâu hơn.

Khi định lực phát triển, đôi khi tâm có thể rơi vào một trạng thái dễ chịu giống như mê ngủ. Đây chính là hôn trầm. Bạn có thể ngồi được thật lâu trong trạng thái này. Hãy tỉnh thức, đừng để chánh niệm bị xao lãng. Khi nào bạn cảm thấy mình đang đi vào trạng thái hôn trầm, hãy cố gắng gia tăng chánh niệm, để lúc nào cũng ý thức được những gì đang xảy ra trong giờ phút hiện tại. Được như vậy, trí tuệ sẽ phát triển, ta sẽ kinh nghiệm được tức khắc sự sinh diệt của tư tưởng, của cảm thọ, hơi thở, những trạng thái của tâm thức.

Đừng để tâm rơi vào trạng thái hôn trầm. Điều này có thể xảy ra khi ta ngồi yên quá lâu. Hãy giữ chánh niệm. Đó chính là căn bản của trí tuệ. Phải luôn giữ một ý thức sáng suốt.

Buổi tối thứ mười tám

Sự trong sạch và hạnh phúc

Nhà văn *Mark Twain* có kể câu chuyện về một người được sinh lên thiên đàng. Khi anh ta đến nơi, người ta ban cho anh một đôi cánh và một cây đàn. Những ngày đầu, anh dùng đôi cánh của mình để bay đi đây đó, và mỗi khi muốn nghe nhạc trên cõi trời, anh cầm cây đàn lên gảy. Nhưng sau một thời gian, cả hai thứ ấy trở thành một gánh nặng cho anh. Cuối cùng, anh khám phá ra rằng ở thiên đàng không cần đến đôi cánh để đi đây đó, và chỉ cần khởi ý muốn là tự nhiên những nhạc công trên trời sẽ hiện ra và hòa tấu nhạc cho anh nghe. Vậy là anh ta bỏ đôi cánh và cây đàn xuống, và anh bắt đầu thật sự vui chơi.

Cũng vậy, chúng ta đôi khi tự giới hạn chính mình bằng những ý niệm về vấn đề trong sạch và hạnh phúc. Chúng ta tự mang lên trên người những đôi cánh, cây đàn, hào quang không cần thiết, khi nghĩ rằng hạnh phúc có nghĩa là phải có một cái gì hay là phải hành động theo một cách thức đặc biệt nào đó. Khi chúng ta dẹp qua một bên những quan niệm hẹp hòi, ta sẽ có thể bắt đầu kinh nghiệm được những niềm vui sâu xa hơn.

Có nhiều loại hạnh phúc khác nhau, tùy thuộc vào mức độ trong sạch của mình. Sắc dục hay là thú vui qua các giác quan là loại hạnh phúc đầu tiên mà ta có thể cảm nhận được: nhìn những cảnh đẹp, nghe những âm thanh êm tai, ngửi nếm những mùi vị thơm ngon, có những cảm giác thoải mái... Là con người, chúng ta ai cũng đã nhiều lần được hưởng những thú vui này. Mặc dù chúng chỉ tạm bợ, nhưng chúng cũng đã đem lại cho ta một phần nào thú vị, hạnh phúc.

Lại còn có một loại hạnh phúc sắc dục cao quý hơn được mô tả trong kinh sách, về những cõi trời, nơi mà mọi vật đều tuyệt mỹ và tươi mát. Chúng sinh ở đây có thân bằng ánh sáng, không biết đến sự đau đớn hay khó chịu. Mọi thú vui ham muốn đều được thỏa mãn. Nơi đây có những lâu đài làm bằng ngọc quý, có những nhạc công thiên thần, cùng tiên thánh và các hàng Bồ Tát. Kinh nói rằng đức Bồ Tát *Di-lặc*, vị Phật tương lai, hiện đang ngự trị ở một cõi trời như thế và đang thuyết pháp cho chúng sinh ở đó nghe. Hạnh phúc ở cõi trời thuộc vào loại cao quý hơn.

Con đường đưa đến hạnh phúc trong sạch trong cõi *Dục giới* là những hành động trong sạch, giai đoạn đầu tiên của sự tinh luyện. Những hành động trong sạch có nghĩa là thực hành bố thí, trì giới, không chạy theo tham, sân, si. Những hành động trong sạch này là nhân sinh ra những quả tốt lành, hạnh phúc, để ta hưởng thụ cả trong hai cõi người và trời.

Có một loại hạnh phúc cao hơn cả hạnh phúc của cõi trời. Đó chính là sự hạnh phúc và an lạc của thiền định. Khi tâm đã phát triển một định lực cao độ, ta sẽ có một niềm an lạc siêu thoát, vi diệu, vượt trên mọi khoái lạc sắc dục. Tâm ta lúc ấy không còn chạy theo những đối tượng của các giác quan và hoàn toàn tập trung vào một đề mục duy nhất. Hạnh phúc này vững bền hơn những khoái lạc của các giác quan, vì những hạnh phúc của sắc dục đến và đi rất mau chóng.

Có những trạng thái của tâm có thể đạt được bằng sức mạnh của thiền định, gọi là cõi *Phạm thiên* hay cõi của *Bốn tâm vô lượng*. Chúng có tên gọi như vậy vì phẩm chất của tâm lúc đó tương đương với cõi trời *Phạm thiên*, một cảnh giới cao tột nhất mà ta có thể kinh nghiệm được.

Tâm vô lượng đầu tiên là tâm *đại từ*. *Từ* ở đây không có nghĩa là lòng thương vì sự quyến luyến hay ý muốn chiếm hữu, mà là một lòng thương yêu mong muốn cho hết thảy chúng sinh khắp nơi đều được an lạc và hạnh phúc. Ở trạng thái này, tâm ta có một định lực rất mạnh, có khả năng phóng tỏa tình thương vô tận đi khắp mọi phương hướng.

Tâm vô lượng thứ hai là tâm *đại bi*, có nghĩa là lòng thương xót mọi loài đang chịu đau khổ - muốn làm vơi đi mọi nỗi khổ của chúng sinh.

Tâm vô lượng thứ ba là tâm *đại hỷ*, có nghĩa là chia sẻ niềm vui có được hạnh phúc, an lạc của kẻ khác, thấy người khác được hạnh phúc mà mình cũng vui theo. So với thói thường là ngược lại, người ta thường hay ghen tức, ganh tỵ với hạnh phúc của kẻ khác. Một tâm biết hân hoan với niềm vui của người khác sẽ luôn tỏa sáng và thanh thản, nhẹ nhàng.

Tâm vô lượng cuối cùng là tâm *đại xả*, có nghĩa là một tâm bình đẳng, hoàn toàn không bị chi phối bởi những thăng trầm, buồn vui của cuộc đời. Một tâm lúc nào cũng giữ được sự bình đẳng và an ổn.

Hạnh phúc của *Bốn tâm vô lượng* sẽ xuất hiện khi định lực được phát triển đầy đủ. Cũng như sự trong sạch của phẩm hạnh tùy thuộc vào hành động, sự trong sạch của tâm tùy thuộc vào định lực.

Nhưng còn có một niềm hạnh phúc to tát bội phần hơn cả cõi *Phạm thiên*, đó là hạnh phúc của thiền định, hạnh phúc của *Vipassana*, hạnh phúc của trí tuệ. Tâm thức này có khả năng quán chiếu, thẩm thấu vào tự thể của mọi vật, kinh nghiệm được sự sinh diệt của mọi hiện tượng một cách rõ rệt. Hạnh phúc của *Vipassana* bao giờ cũng siêu việt hơn tất cả, vì trong nhận thức sáng suốt hành giả được nếm mùi vị của tự do, giải thoát. Không phải đắm chìm trong những khoái lạc của sắc dục, cũng không phải bị thu hút vào trong một trạng thái an vui của thiền định. Niềm hạnh phúc ở đây là của trí tuệ, khi tâm ta trở nên rực rỡ và tri giác tỏa chiếu sự trong sáng của nó. Điều này cũng giống như khi ta lau chùi một ly thủy tinh cho đến khi nó chiếu sáng lấp lánh. Bằng sự tu tập chánh niệm, tâm ta cũng đạt đến một sự rực rỡ như vậy, và hưởng được niềm an lạc vô biên bắt nguồn từ trí tuệ thâm sâu.

Có một giai đoạn tinh luyện gọi là quan niệm chân chánh, có thể làm khởi lên hạnh phúc *Vipassana*. Quan niệm chân chánh ở đây có nghĩa là thoát ra khỏi ý niệm về một *cái ngã*, sự mê chấp rằng ta có một tự thể riêng biệt. Thật ra chúng ta chỉ là một quá trình diễn tiến của thân và tâm, luôn hoạt động và chuyển biến. Có lần đức Phật giảng một bài kinh gọi là "*Tất cả*". Bài kinh có tên là *Tất cả* vì ngài diễn tả mọi hiện tượng trong vỏn vẹn sáu câu: "Mắt và đối tượng của mắt. Tai và âm thanh. Mũi và mùi hương. Lưỡi và vị nếm. Thân và cảm giác. Tâm thức và ý niệm hay những đối tượng của nó."

Tất cả chỉ có vậy, ngoài những điều ấy không còn gì khác hơn nữa. Đức Phật dạy rằng, cả thế giới chỉ hiện hữu trong phạm vi tấm thân dài mấy thước này mà thôi. Hiểu được các giác quan căn bản và những đối tượng của chúng, là ta hiểu được sự sinh diệt liên tục của sáu thức mắt, tai, mũi, lưỡi, thân và ý khi tiếp xúc với đối tượng của chúng là sáu trần. Cả vũ trụ này chỉ là sự tập hợp của những chuỗi liên tục, xảy ra rất nhanh của các sự nghe, thấy, ngửi, nếm, cảm giác và kinh nghiệm những ý niệm khác nhau. Chỉ có sáu đối tượng và sáu thức để nhận biết chúng: chúng ta chỉ là tiến trình liên tục này. Những sự kiện ấy chẳng xảy đến cho một cá nhân nào hết. Không có một tự thể riêng biệt nào để ta có thể gọi rằng: "*cái này chính là tôi*", bởi vì mỗi thức và đối tượng của nó sinh lên và diệt đi trong từng khoảnh khắc.

Đức Phật có diễn lại giáo lý này một cách thật cô đọng như sau: "Trong cái thấy, chỉ có cái bị thấy; trong cái nghe, chỉ có cái bị nghe; trong cái cảm giác (ngửi, nếm, đụng chạm) chỉ có cái bị cảm giác; trong cái suy nghĩ chỉ có cái bị suy nghĩ." Không có gì khác ngoài những điều đó, hoàn toàn không có một cá nhân nào để cho nó xảy đến.

Nghe, thấy, ngửi, nếm, cảm giác ở thân, ý thức. Hiện hữu của ta chỉ là một chuỗi liên tục của sáu tiến trình này. Chúng ta đặt tên cho sự vật rất nhiều. Có vô số ý niệm để diễn tả những kinh nghiệm của ta. Nhưng mắt ta chỉ thấy màu sắc và hình dáng, nó không thấy những *tên gọi*. Chúng ta chỉ nghe âm thanh. Chúng ta đặt tên cho những âm thanh khác khau, nhưng thật ra chúng chỉ là sự rung động trong không khí chạm vào lỗ tai, khiến cho *nhĩ thức* khởi sinh lên. Một mối liên hệ đơn giản giữa *nhân* và *quả*. Chẳng có ai ở đó. Sự việc xảy ra quá nhanh chóng, chúng gây cho ta một ảo giác là những việc ấy xảy đến cho một người nào. Khi tâm ta yên lặng, ta sẽ bắt đầu kinh nghiệm được sự tinh luyện trong nhận thức của mình, ta sẽ thấy rằng *cái ta* chỉ là một tiến trình của *thức* và *trần*, thoát ra ngoài ý niệm về một tự thể riêng biệt. Và khi sự tinh luyện được thâm sâu, chúng ta sẽ trở thành là một với dòng biến chuyển, thay vì là mê muội níu kéo, chấp giữ nó. Quan niệm chân chánh nghĩa là có một ý thức rõ ràng, nhìn sự vật bằng chân tướng của nó, một khởi đầu cho cái nhìn biến thể. Đây chính là hạnh phúc đầu tiên của mùi vị giải thoát.

Hiểu được tự thân của sự vật là cánh cửa đi vào một hạnh phúc cao tột nhất: niềm vui của *Niết-bàn*, giác ngộ. Nơi đây có một sự an tĩnh, nghỉ ngơi, tươi mát vượt ra ngoài tiến trình thân tâm. Và một điều huyền diệu của giáo pháp nữa là, mọi hạnh phúc đều sẽ đến với ta khi ta hướng về sự tự do cao tột nhất.

Hỏi: Ông có thể diễn tả hạnh phúc của Niết-bàn được không?

Đáp: *Niết-bàn* có ba thứ hạnh phúc: Các hạnh phúc này được coi như là những niềm vui khác nhau, phát xuất từ sự hoàn toàn chấm dứt khổ đau.

Khi tôi còn ở Ấn Độ, chúng tôi sống trên đỉnh một ngọn núi, và cách đó một khoảng chừng nửa tiếng đi bộ, phía dưới một dốc núi khá cao, là một khu chợ trời. Ở đây đa số hàng hóa đều được chuyên chở bằng cách mang vác trên lưng. Có một số các bà lão người Tây Tạng, mang trên lưng những thân cây thật to, leo lên núi mỗi ngày. Họ lê từng bước, uốn cong người xuống, vác nặng trên lưng và đi lên dốc. Bạn hãy tưởng tượng đến sự nhẹ nhàng, thoải mái của họ khi lên đến nơi và bỏ gánh nặng xuống! Một cảm giác thư thái vô cùng khi ta có thể trút bỏ đi gánh nặng ấy.

Hạnh phúc của *Niết-bàn* là trút bỏ được gánh nặng của khổ đau. Đây là hạnh phúc cao tột nhất. Để hiểu được con đường phải đi và kinh nghiệm giác ngộ ra sao, có lẽ ta cũng nên biết qua về những hạnh phúc khác nhau của *Niết-bàn* và các hoạt động của chúng.

Hạnh phúc đầu tiên hết là hạnh phúc do sự tích lũy của trí tuệ và chánh kiến, được gọi là con đường *tâm thức*. Đây mới chỉ là một cái nhìn thoáng qua, một kinh nghiệm đầu tiên của *Niết-bàn*. Con đường tâm thức này có công năng nhổ tung hết mọi gốc rễ của khổ đau một cách mạnh mẽ như sấm sét. Ở đây ta không đè nén khổ đau như trong khi thiền định, nhưng là nhổ bứng tận gốc rễ, tháo tung mọi xiềng xích trong tâm. Trong giai đoạn này ta diệt trừ được ba sợi dây xích hằng trói buộc ta vào vòng sinh tử luân hồi từ bấy lâu nay. Chúng là sự *hoài nghi, mê tín* (tin vào những hình thức, lễ nghi như là một phương tiện dẫn đến giác ngộ) và *chấp ngã*. Ba chướng ngại này sẽ bị loại trừ ra khỏi tâm ta một cách chớp nhoáng bằng con đường tâm thức với đối tượng là *Niết-bàn*.

Ngay tiếp sau đó là loại hạnh phúc *Niết-bàn* thứ hai, được gọi là *quả tâm thức*. Ta kinh nghiệm kết quả của con đường tu tập, mà đối tượng cũng là *Niết-bàn*. Trong giai đoạn kết quả, không có gì để ta nhổ bứng, những việc ấy đã được hoàn tất trong giai đoạn thứ nhất. Giai đoạn kết quả này là lúc mà ta kinh nghiệm được sự an lạc của *Niết-bàn*. Những ai có một định lực kiên cố, có thể đi vào trạng thái kết quả *Niết-bàn* này bất cứ khi nào họ muốn. Họ ngồi xuống và có thể tự ý đi vào trong trạng thái này, hay trụ ở đây trong vòng nửa tiếng, một tiếng hay một vài ngày. Trong kinh nói rằng người ta có thể trụ trong sự an lạc của *Niết-bàn* trong thời gian tối đa là bảy ngày mỗi lần. Yên lặng, tươi mát, xả bỏ, tự do. Một khi ta ra khỏi trạng thái kết quả ấy, vì tâm vẫn còn vướng víu những sự bất thiện khác, ta vẫn phải tiếp tục đi theo con đường thiền quán. Cũng giống như những gì chúng ta đang làm bây giờ đây, sự thực hành được tiếp tục. Bạn thấy được sự sinh diệt của mọi hiện tượng, bạn đi qua những trạng thái khác nhau. Bạn kinh nghiệm được giai đoạn tâm thức thứ hai, điều đó trừ bỏ thêm một số điều bất thiện trong tâm.

Có tất cả bốn giai đoạn tâm thức, mỗi giai đoạn sẽ lần lượt thay nhau cắt đứt những sợi dây xích hằng trói buộc ta vào bánh xe sinh tử luân hồi.

Niết-bàn cao tột nhất được gọi là đại *Niết-bàn* (*Parinirvana*), trạng thái của một người đã hoàn toàn giác ngộ đi đến sau khi chết. Sẽ không còn luân hồi, không còn năng lượng, không còn ái dục để tái sinh. Điều này cũng giống như một ngọn lửa đang bừng bừng cháy, giờ đã hoàn toàn bị dập tắt. Ngọn lửa thiêu đốt đã tắt, giờ chỉ còn một trạng thái an lạc, yên lặng, và tươi mát. Một hạnh phúc cao tột nhất. Đôi khi có người lại sợ đi đến *Niết-bàn* sớm quá, họ muốn được xem thêm vài cuốn phim nữa, được hưởng thêm một chút sắc dục nữa, hay là được ở trên cõi trời lâu thêm một chút. Nhưng nếu bạn nhắm mục tiêu vào hạnh phúc cao thượng nhất, thì mọi thứ hạnh phúc khác tự nhiên cũng sẽ đến.

Hỏi: Có thể nào chúng ta đang làm người rồi kiếp sau bị sinh làm thú vật hay không? Có cách nào sinh trở lại làm người được không?

Đáp: Sở dĩ kiếp người vô cùng quý giá là vì khi ta sinh vào một cõi thấp hơn, sẽ rất khó để sinh trở lại vào một kiếp cao hơn. Vấn đề không phải là không thể được, nhưng thời gian sẽ rất lâu. Đức Phật có kể một thí dụ như sau để cho thấy khoảng thời gian ấy. Giả sử có một con rùa mù mắt sống dưới đáy một đại dương. Trên mặt đại dương có một thân cây gỗ bộng nổi trôi bấp bênh đây đó. Cứ mỗi một trăm năm, con rùa ấy nổi lên mặt nước một lần, nhưng cơ hội để con rùa ấy có thể chui vào bộng cây gỗ còn nhiều hơn là cơ hội để ta có thể được tái sinh làm người. Đây là lý do vì sao được sinh làm người là một điều vô cùng quý giá, vì vậy ta không nên hoang phí nó đi.

Hỏi: Tôi thấy rất khó có thể hiểu được làm cách nào ta có thể biết được những gì xảy ra trước khi sinh và sau khi chết?

Đáp: Có hai cách để hiểu điều này. Một cách mà ta có thể dễ dàng nghĩ tới được là hiểu rõ tiến trình hoạt động của các hiện tượng trong mỗi giây phút. Sự sinh ra và hoại đi đang xảy ra liên tục, tâm thức của ta đang khởi lên và diệt đi không ngừng. Sự hoại diệt của tâm thức chính là cái chết. Không có một cái gì của tâm thức đó được đem sang giai đoạn kế tiếp. Qua kinh nghiệm của trí tuệ, bằng thiền quán, ta có thể đạt được một kinh nghiệm nhất thời của sinh tử. Điều này sẽ giúp cho ta có được một trực nhận về sự sinh diệt của tâm thức xảy ra giống hệt như thế. Trong khi tu tập thiền định, với một định lực mãnh liệt ta có thể làm phát triển một số thần thông. Có nhiều đạo sĩ trong các tôn giáo khác đã tu luyện được những thần thông này. Một trong những thần thông ấy là không những ta có khả năng nhìn thấy được những cõi khác, mà còn thấy được những sinh linh đang sinh tử luân hồi. Có người có được loại thiên nhãn này. Vị thầy của tôi, khi bàn về vấn đề này, thường đi vào chi tiết, diễn tả những cõi trời khác nhau, và những thần thông mà người ta có thể làm được. Nhưng bao giờ ông cũng kết luận bằng câu: "Các ông không cần phải tin tôi. Sự thật là như vậy đó, nhưng không ai bắt buộc các ông phải tin." Không một tín ngưỡng nào cần phải được chấp nhận trên con đường thiền quán để tự hiểu mình. Trí tuệ đến bằng một phương pháp giản dị là ý thức được sự vật một cách chính xác và sâu sắc, thoát ra khỏi mọi thành kiến và ý niệm sẵn có.

Buổi tối thứ mười chín

Tín ngưỡng

Một trong những yếu tố tâm linh, và cũng là một trợ lực vững mạnh trên con đường tu tập, là sự tín ngưỡng hay đức tin. Một khi chúng ta tin tưởng vào việc gì mình đang làm thì những sự nghi ngờ, chán nản sẽ không còn có thể khiến ta chùng bước.

Chúng ta có thể phân biệt nhiều loại đức tin khác nhau. Loại thấp kém nhất là đức tin hay tín ngưỡng dựa trên cảm tính, sự ưa thích. Vì đối tượng đem lại cho ta một cảm giác nhẹ nhàng, hứng khởi, nên ta đặt lòng tin vào đấy. Loại tín ngưỡng này rất dễ trở thành mù quáng. Có một loại đức tin cao hơn dựa trên sự cảm phục những đức tính ở người khác, như là trí tuệ và lòng từ bi. Loại đức tin này rất hữu ích, vì sự kính phục cũng là một đức tính của tâm, nó khuyến khích ta bắt chước theo những điều hay đẹp.

Còn có loại đức tin hay tín ngưỡng phát xuất từ kinh nghiệm về chân lý của chính mình. Khi ta bắt đầu kinh nghiệm được sự hoạt động của thân tâm một cách thâm sâu, ta sẽ có một niềm vui và lòng tin bất tận đối với giáo pháp. Đức tin này không dựa trên tình cảm mù quáng hay sự kính phục người khác, mà xuất phát từ trí tuệ quán chiếu tự thân sự vật. Đây là loại đức tin cao thượng nhất, phát triển qua kinh nghiệm giác ngộ. Khi được hình thành từ sự quán chiếu thẩm thấu, thấy được chân lý, đức tin sẽ không bao giờ bị lay chuyển.

Khi đức Phật sắp nhập diệt, ngài *Ananda* có hỏi Phật về việc sau này phải nương tựa theo ai. Ngài trả lời:

"Hãy tự thắp đuốc lên mà đi. Hãy nương tựa vào chính mình. Các ông đừng tìm kiếm một nơi trú ẩn nào ở bên ngoài. Hãy xem chân lý như là ngọn đuốc dẫn đường. Hãy xem chân lý như là nơi trú ẩn. Này *Ananda*, những ai trong lúc ta còn sống hay sau khi ta đã nhập diệt, biết tự thắp đuốc lên mà đi, không tìm kiếm bất cứ một sự nương tựa nào ở bên ngoài, lúc nào cũng xem chân lý như là một ngọn đuốc dẫn đường, một nơi trú ẩn, những người ấy sẽ đạt đến trình độ cao thượng nhất, nhưng họ phải biết luôn luôn cố gắng học hỏi."

Buổi tối thứ hai mươi mốt

Thập nhị nhân duyên

Vì sự bí mật của *sinh, lão, bệnh, tử* mà các đức Phật xuất hiện trong cuộc đời. Không một thế giới nào mà không bị chi phối bởi sự thật này, và sự giác ngộ của đức Phật chỉ có mục đích duy nhất là thấu hiểu nguyên nhân gốc rễ của nó. Một trong những phần uyên thâm của giáo lý đạo Phật là mô tả về sự luân chuyển không ngừng của sợi dây xích hiện hữu, được gọi là pháp *nhân duyên*.

Có mười hai nhân duyên, nên thường gọi là *Thập nhị nhân duyên*, bao gồm: *vô minh, hành, thức tái sinh, danh sắc, lục nhập, xúc, thọ, ái, thủ, hữu, sinh* và *lão bệnh tử*.

Hai nhân duyên đầu tiên nói về các nhân được gieo trong những kiếp quá khứ và làm điều kiện cho kiếp sau này. Trước hết là *vô minh*. *Vô minh* có nghĩa là u tối, không thấy chân lý, không hiểu giáo pháp, không biết *Tứ diệu đế*. Vì không ý thức được sự việc một cách rõ ràng, không thấy được sự thật khổ đau, gốc rễ của nó và phương pháp giải thoát, cho nên *vô minh* làm điều kiện cho nhân thứ hai trong chuỗi 12 nhân duyên là *hành*.

Hành có nghĩa là ý chí, ý muốn bắt đầu cho những hành động của *thân, khẩu* và *ý*. Những hành động này phát sinh do các tâm *thiện* hay *bất thiện*. *Hành* là do *vô minh* tạo nên. Vì không hiểu được sự thật nên ta tạo tác đủ các nghiệp. Nghiệp lực của những hành động này lại làm điều kiện cho mắt xích thứ ba trong chuỗi các nhân duyên là *thức tái sinh*.

Thức tái sinh có nghĩa là tâm thức đầu tiên khi ta mới sinh. Vì *vô minh* làm điều kiện cho nghiệp lực mà ta đã tạo tác trong kiếp trước, *thức tái sinh* sẽ khởi lên trong giây phút thụ thai. *Tâm hành* là nhân và *thức tái sinh* là quả. Đây là một liên hệ có điều kiện của luật nhân quả.

Vô minh sinh ra *tâm hành*, tạo nên nghiệp lực. Nghiệp lực ấy làm phát sinh *thức tái sinh*, là điều kiện bắt đầu cho đời sống này. Vì có tâm thức đầu tiên ấy mà hiện tượng *danh sắc* được khởi lên với đầy đủ mọi phần tử của *thân* và mọi yếu tố của *tâm*. Rồi từ hiện tượng *danh sắc* mà *lục nhập* phát sinh. *Lục nhập* sẽ hình thành từ những quan năng của *mắt, tai, mũi, lưỡi, thân* và *ý*, được phát triển trong giai đoạn còn là bào thai.

Thức tái sinh trong giây phút thụ thai làm điều kiện phát sinh hiện tượng *danh sắc*. Vì sự có mặt của *danh sắc* mà *lục nhập* sinh ra. *Lục nhập* là sự tiếp nhận của những giác quan (*căn*) khi tiếp xúc với những đối tượng của chúng (*trần*), như là *mắt* với *màu sắc, tai* với *tiếng động, mũi* với *mùi, lưỡi* với *vị, thân* với *cảm giác, ý* với *tư tưởng*. Rồi *lục nhập* lại làm điều kiện cho *xúc*, vì *xúc* đòi hỏi cả ba yếu tố: *căn* (giác quan), *trần* (đối tượng của giác quan) và *thức* (sự nghe, thấy, ngửi, nếm, cảm giác và suy nghĩ). Như vậy, *lục nhập* làm phát sinh *xúc*.

Rồi sự tiếp xúc giữa *căn* với *trần* làm phát sinh cảm thọ, hay *thọ*. *Thọ* tức là những cảm giác dễ chịu, khó chịu hay trung hòa xảy ra trong từng *sát-na* của tâm, khi có sự xúc chạm. Dù sự tiếp xúc có qua những cánh cửa giác quan hay là qua ý thức, *thọ* lúc nào cũng có mặt, và nó là một tâm hành cơ bản. Cho nên, *xúc* làm điều kiện phát sinh *thọ*.

Bởi vì có *thọ* nên mới có *ái*. *Ái* là lòng tham dục, ham muốn, khao khát một vật gì. Chúng ta muốn những gì? Đó là những hình ảnh, âm thanh dễ chịu, những mùi vị thơm ngon, những cảm giác, tư tưởng tươi mát, nhẹ nhàng... Chúng ta muốn vứt bỏ những gì gây khó chịu. Chúng ta khao khát hoặc trốn tránh những đối tượng khác nhau của *lục nhập*.

Ái là điều kiện phát sinh *thủ*. *Thủ* có nghĩa là nắm giữ, muốn lấy làm của mình. Bởi vì chúng ta có tham dục với các đối tượng của sáu giác quan, nên ta muốn chiếm giữ, nắm bắt. Ta nhận chúng là mình, gắn bó với chúng.

Rồi bởi vì *thủ* mà ta bắt đầu tạo nghiệp, tiếp tục những hành động trong kiếp trước đã tạo nên *thức tái sinh* cho kiếp này. Như vậy, *thọ* sinh *ái*, *ái* sinh *thủ*, và *thủ* làm điều kiện cho *hữu*, tức là một sự hiện hữu tiếp nối, làm năng lực cho hạt giống luân hồi, *thức tái sinh* cho kiếp sau. Từ những nghiệp lực được tạo nên do *thủ* mà có *sinh*.

Vì *sinh* nên mới có bệnh tật, chán nản; có tàn hoại và đau đớn; có khổ đau, có già chết.

Và bánh xe luân hồi tiếp tục xoay tròn như thế, kéo theo một chuỗi *nhân duyên vô ngã*.

Vấn đề của đức Phật khi đi tìm chân lý - và của tất cả chúng ta hôm nay - là làm sao tìm được một lối thoát ra khỏi cái vòng *nhân duyên* luẩn quẩn này.

Trong đêm giác ngộ dưới gốc *Bồ-đề*, đức Phật đã đi ngược lại dòng nhân duyên để tìm ra một lối thoát. Tại sao có già, có bệnh, có chết? Vì có *sinh*. Tại sao có *sinh*? Vì có *hành* phát khởi do *tham, sân, si*. Nhưng tại sao chúng ta lại vướng víu vào những hành động này? Vì có *hữu*. Tại sao có *hữu*? Vì có *ái.* Tại sao có *ái?* Vì có *thọ,* vì những cảm giác dễ chịu, khó chịu khởi lên. Tại sao có *thọ?* Vì có *xúc.* Tại sao có *xúc?* Vì có *lục nhập,* và mọi hiện tượng *danh sắc.*

Chúng ta không làm gì được khi đối diện với tiến trình thân tâm này. Nó có vì sự *vô minh* trong quá khứ và vì chúng ta đã *sinh ra* ở đây. Không có cách nào để tránh sự tiếp xúc, đụng chạm cả. Chúng ta không thể nào đóng lại những cửa giác quan của mình, cho dù chúng ta có muốn. Mà đã có tiếp xúc, đụng chạm thì ta không thể nào ngăn không cho *thọ* khỏi phát sinh lên được. Hễ đã có *xúc* thì sẽ có *thọ.* Đó là một tâm hành cơ bản của tâm. Nhưng cũng ngay ở điểm quan trọng này, *thọ,* mà ta có thể cắt đứt được chuỗi nhân duyên liên tục ấy.

Hiểu được nguyên lý *nhân duyên,* "*bởi vì cái này có mà cái kia có*", chúng ta có thể chặt đứt sợi dây xích liên tục ấy. Khi một *lạc thọ* phát sinh, ta không nên nắm bắt, khi một *khổ thọ* có mặt, ta không xua đuổi. Khi có một *xả thọ,* ta không rơi vào quên lãng, thất niệm.

Đức Phật dạy rằng con đường của thất niệm là con đường của sự chết. Và con đường của chánh niệm và trí tuệ là con đường đưa đến sự bất tử. Chúng ta hoàn toàn tự do để phá tung sợi dây xiềng xích này, thoát ra khỏi những phản ứng do điều kiện. Chúng ta phải duy trì một sự tỉnh thức, một chánh niệm vững chãi trong từng giây phút, để giữ cho *cảm thọ* không khởi sinh lên *ái dục.*

Những khi ta thất niệm, cảm thọ sẽ làm cho *ái dục* phát sinh. Nếu có điều gì dễ chịu, ta sinh ra sự ưa thích; còn những gì khó chịu, ta lại có lòng muốn hủy diệt nó đi. Nhưng nếu thay vì thất niệm, ta có chánh niệm và trí tuệ, thì mỗi khi có một cảm thọ sinh lên, ta chỉ kinh nghiệm nó mà không phản ứng mù quáng theo thói quen là nắm bắt hay chối bỏ.

Đối với một cảm thọ dễ chịu, ta kinh nghiệm nó bằng chánh niệm mà không bám víu. Đối với cảm thọ khó chịu, ta kinh nghiệm bằng chánh niệm mà không ghét bỏ. Cảm thọ không còn làm phát khởi ái dục nữa. Bây giờ chỉ có chánh niệm, vô tư, xả bỏ.

Không có *ái dục* thì sẽ không có *thủ*. Không còn *thủ* thì *hữu* cũng sẽ không sinh. Mà chúng ta không còn tạo nên năng lực thì sẽ không có *tái sinh*, không bệnh, không già, không chết. Chúng ta hoàn toàn tự do. Không còn bị lôi cuốn bởi *vô minh* và *ái dục*, tất cả khổ đau sẽ bị tiêu trừ hoàn toàn.

Mỗi giây phút của chánh niệm, tỉnh thức là một nhát búa đập xuống sợi dây xiềng xích nhân duyên này. Những nhát búa giáng xuống với sức mạnh của trí tuệ, của ý thức sẽ làm cho sợi dây xích càng lúc càng yếu đi, cho đến khi nó bị đứt tung.

Những gì chúng ta đang thực hành ở đây là quán chiếu sâu xa vào trong nguyên lý nhân duyên, để giải thoát tâm ta ra khỏi sự ràng buộc của chúng.

Hỏi: Tôi thấy rằng càng đi sâu vào sự tu tập, tôi lại càng cảm nhận được cái hay, cái đẹp của giáo pháp, tự tính của mọi sự vật.

Đáp: Hạnh phúc cao thượng nhất là hạnh phúc của *Vipassana*, hạnh phúc của trí tuệ, nhìn thấy được thật tướng của vạn hữu. Khi ta bắt đầu cảm nhận bằng tâm nguyên sơ như đứa trẻ thơ, mỗi giây phút đều là mới lạ, tươi mát, thì trạng thái này an lạc lắm. Cũng vậy, sự sống của ta sẽ là một niềm vui lớn nếu ta biết sống với cái sơ tâm ấy, một tâm không bị điều kiện chi phối, một tâm biết trực nghiệm thay vì tưởng tượng. Đức Phật dạy rằng mùi vị của đạo pháp cao siêu vi diệu hơn mọi thứ mùi vị khác. Nó đem lại cho ta một cảm giác sáng suốt, hiểu biết để nhìn rõ tự thể của vạn hữu, để hòa hợp chung một giai điệu và trở thành một với đạo lớn.

Nhưng trên con đường đi đến sự hòa điệu hoàn toàn ấy, đôi khi ta phải trải qua một kinh nghiệm bất mãn rất sâu đậm. Một khổ đau mà ta đã thừa hưởng từ luật vô thường của cuộc sống. Có nhiều người đã phải nếm qua mùi vị của sự chán nản này. Những ai đã từng trải qua cảnh ngộ ấy, thường được một lợi ích là có thái độ ung dung tự tại. Vì khi ta kinh nghiệm được một cách sâu xa những nỗi khổ đau của thân và tâm, ta sẽ hiểu rõ giá trị của một thái độ vô chấp, xả bỏ, ta sẽ không còn muốn nắm giữ nữa. Ta biết chúng chẳng có gì đáng để ham muốn. Và từ sự vô chấp ấy, tâm ta sẽ trở nên quân bình và có thể nhìn sự thay đổi của mọi vật bằng một thái độ ung dung, với một ý thức sáng tỏ và an lạc.

Hỏi: Muốn đạt được giác ngộ, ta có cần phải chết đi không?

Đáp: Giác ngộ có nghĩa là sự chết của *tham, sân* và *si*. Lý do chúng ta sợ chết là vì ta không hiểu rằng tiến trình của sự chết đang xảy ra ngay trong giờ phút này. Cho nên đối với những người không tu tập, họ có nỗi sợ phải mất đi thân này. Thật ra thì không có một ai chết cả, vì đâu có một cá nhân nào đứng sau tiến trình ấy. Sự thật chỉ là một chuỗi sinh diệt liên tục tiếp nối... theo sự lôi cuốn của *ái* và *thủ*.

Muốn giải trừ những điều kiện ấy, giải thoát tâm ta ra khỏi sự đam mê và bám víu, ta phải kinh nghiệm được sự an vui lúc nào cũng đang có mặt, nhưng vì ái dục mà ta không thấy được. Cũng giống như một con khỉ nắm chặt bàn tay, nó chẳng bị một ai trói buộc trừ ra lòng tham dục của chính nó. Nó chỉ cần mở rộng bàn tay là thoát được. Chúng ta cũng vậy, chỉ cần buông xả là có thể tự tại bước đi.

Buổi tối thứ hai mươi hai

Cái chết và lòng từ bi

Hình ảnh thường được dùng để diễn tả sự tu tập thiền quán, trí tuệ là một người đang đi trên một sợi dây treo trên không. Khi chúng ta đi trên một sợi dây treo lơ lững giữa trời, thì điều cần phải quan tâm là sự cân bằng: luôn luôn giữ một thái độ ung dung, quân bình. Khi ta đang đi, sẽ có nhiều sự vật bay ngang qua: những hình ảnh, những âm thanh, tình cảm, tư tưởng và ý niệm khác nhau. Nếu ta ưa thích, ta sẽ có khuynh hướng vói theo, cố nắm bắt, muốn giữ lại. Còn nếu những âm thanh, hình ảnh kia là khó chịu, bực mình, ta cũng có khuynh hướng xua đuổi, đẩy chúng đi nơi khác. Trong cả hai trường hợp, ta đều ngả mình tới, mất đi sự quân bình và có thể rơi xuống.

Cả hai phản ứng ưa thích và ghét bỏ đều có cùng một nguy hiểm như nhau. Bất cứ một việc gì, dù có huy hoàng hay ghê sợ đến đâu, nếu chúng khiến ta mất đi tâm quân bình, đều sẽ làm ta ngã. Cho nên lúc nào chúng ta cũng phải tiếp tục và tiếp tục đào luyện một tâm an nhiên, không phản ứng bằng cách nắm bắt hay xua đuổi bất cứ một đối tượng nào. Hãy tu tập một tâm vô chấp, không dính mắc vào đâu cả, vào bất cứ một chuyện gì, cứ để chúng tự nhiên đến rồi đi.

Sự vô chấp phát sinh từ sự hiểu biết thâm sâu về lý vô thường. Trên một bình diện, trí tuệ này nhận thức được sự cấp bách và tính cách tất nhiên của cái chết. Trong *Chí Tôn Ca, Bhagavad Gita*, có câu hỏi: "Trong mọi điều kỳ lạ trên thế giới này, sự việc nào là kỳ lạ nhất?" Và câu trả lời là: "*Tất cả mọi người, mặc dù thấy những người chung quanh mình chết, vẫn không tin rằng có một ngày mình cũng sẽ chết.*"

Thường vì thất niệm mà ta trở nên tham lam thu thập và chiếm hữu, muốn mình trở thành một nhân vật quan trọng. Chúng ta chấp vào các việc làm của những tâm ý nhỏ nhen, coi những tham vọng, *cái tôi* của mình là quan trọng nhất. Chúng ta đánh mất đi viễn tượng của một tâm lớn, về cái chết của mình.

Don Juan xem cái chết như một vị thầy; biết ý thức được cái chết không thể tránh khỏi của mình với một thái độ sáng suốt và chấp nhận, mà không hề hối tiếc, buồn lo hay sợ hãi. Quán tưởng về cái chết sẽ đem lại cho ta một sức mạnh, giúp ta biết trân quý và sống trọn vẹn trong mỗi giây phút, mỗi hành động.

Trong tâm thức của mỗi chúng ta đều có những khuôn mẫu, tạo nên bởi các hành động của mình. Thường thì đa số những hành động ấy là các thói quen xấu như giận dữ, yếm thế. Nhưng ta cũng có thể đem vào tâm một ý thức về cái chết, và dùng nó để chiếu soi mọi sinh hoạt của mình. Nếu ta biết lấy cái chết làm thầy, chúng ta sẽ sống mỗi giây phút thật trọn vẹn và chí tình, như là một nỗ lực cuối cùng trong cuộc sống.

Khi ta biết giữ cái chết trong tầm tay, ta sẽ bớt đi sự đam mê và quyến luyến những giây phút vui thú, thỏa mãn tạm thời. Và khi tâm không còn bị mê mờ vì ái dục và ảo tưởng, ta sẽ bớt đi khuynh hướng muốn chiếm hữu và sẵn lòng san sẻ tình thương và sự độ lượng của mình. Chánh niệm về cái chết cho ta một khoảng không gian sáng tỏ, giúp ta hiểu được thật sự mình là ai và ai là người sẽ chết.

Trên bình diện này, hiểu được lý vô thường có nghĩa là ý thức được những giai đoạn chuyển tiếp, ý thức được tính cách tạm thời của mọi hiện tượng từ giây phút này sang giây phút kế tiếp. Trong mỗi *sát-na*, tiến trình thân tâm và cả vũ trụ này đang khởi lên và mất đi, sinh và diệt tiếp nối nhau không ngừng nghỉ. Sự tu tập của ta là để đào luyện một tâm tĩnh lặng và an nhiên, không xao động trước mọi sự thay đổi.

Phương pháp tu tập này bắt nguồn từ một yêu cầu duy nhất là: ý thức được những gì đang xảy ra trong giờ phút hiện tại mà không phản ứng. Một thiền sư ở Ấn Độ có dạy rằng, chúng ta chỉ cần ngồi và ý thức được rõ ràng là mình đang ngồi thì toàn bộ giáo pháp sẽ tự nhiên hiển bày. Bạn sẽ thấy được thông suốt tự tính của vạn vật, và khi ấy giáo pháp sẽ thật sự trở thành chính bạn.

Trong giai đoạn chuyển hóa này, nhờ ở sự quân bình và vô chấp, những đức tính tốt đẹp và tự tại của tâm sẽ bắt đầu hiển lộ. Một trong những đức tính này là lòng *từ* (*metta*). Lòng từ có nghĩa là lòng thương mình bằng một sự chấp nhận, không phê phán, giữ một không gian thanh thản trong tâm; và lòng thương kẻ khác, nhưng không vì lòng quyến luyến, muốn chiếm hữu. Đây không phải là một thứ tình thương có điều kiện - thương người khác vì một đức tính hay đặc điểm nào đó, và nếu họ thay đổi, tình thương của ta cũng chấm dứt. Nó không phải là một loại tình thương "đổi chác" theo kiểu "Tôi thương bạn nếu bạn thương tôi."

Lòng từ phát xuất do trí tuệ là một thứ tình thương vô điều kiện, một lòng đại từ - một tình thân hữu, ấm áp đối với mọi loài ở mọi nơi. Tình thương ấy không chỉ có giới hạn trong những người đang có liên hệ với mình. Nhưng không phải ta đi tìm kiếm người khác vì nhu cầu, vì mong muốn, mà do sự phát tỏa tự nhiên của một tình thương không bờ bến.

Một đức tính nữa cũng bắt đầu hiển lộ là lòng *bi*. Lòng bi không phải là tự thương hại hoặc thương hại người khác, mà là thấy được sự đau khổ của mình và cảm nhận được những khổ đau của người khác.

Trong tiếng *Pali* có chữ "*kilesa*" thường được dịch là

"*những gì bất thiện*", nó cũng có một nghĩa đặc biệt là "*phiền não*". Những sự giận dữ, tham lam, các tâm bất thiện đều có thể gây ra đau khổ. Chúng ta có thể thấy rõ ảnh hưởng của chúng đối với thân tâm mình, nếu ta biết quán chiếu khi chúng khởi sinh lên. Một khi chúng ta hiểu sâu giáo pháp, ta sẽ cảm thấy thương xót chứ không phê phán hay lên án những tính xấu của mình và ta sẽ thông cảm được nỗi khổ đau của người khác khi họ rơi vào những trạng thái như vậy. Thấy được tấm màn lưới chằng chịt của khổ đau mà tất cả chúng ta đang vướng vào, ta sẽ có lòng thương xót đối với nhau hơn.

Một biểu lộ cao quí nhất trong những đức tính này là sự phô bày của một cái rỗng không - *vô ngã*. Khi đã không còn "*tôi*" thì sẽ không còn "*người khác*". Ý niệm phân chia sẽ biến mất. Lúc này ta cũng sẽ kinh nghiệm được cái *một*, sự đồng nhất của vạn vật.

Albert Einstein có viết: "Con người là một phần nhỏ của một cái lớn mà chúng ta quen gọi là vũ trụ. Phần nhỏ ấy bị giới hạn bởi thời gian và không gian. Con người kinh nghiệm bản thân, tư tưởng của mình, cảm giác của mình như là những gì riêng biệt với tất cả, đây chỉ là một loại *vọng tưởng*. Vọng tưởng này là một thứ ngục tù của chúng ta, giới hạn ta vào một số tham vọng cá nhân và tình thương đối với người quanh ta. Mục đích của ta là tự giải thoát mình ra khỏi ngục tù này, bằng cách mở rộng lòng *từ bi* ra để ôm trọn mọi loài sinh linh và toàn cõi thiên nhiên với vẻ đẹp vô cùng của nó."

Ánh sáng của đức *từ bi* trong tâm ta bấy lâu nay bị *tham, sân, si* che phủ. Khi chúng ta phá tan những đám mây mù này bằng sự quán chiếu của trí tuệ, thì đức từ bi sẽ lại bắt đầu chiếu soi một cách tự tại như xưa.

Đức Phật có dạy một phương pháp tu tập để phát triển mạnh mẽ những đức tính này trong đời sống. Pháp tu này được gọi là *Metta Bhavana* hay là *Từ bi quán*. Thực hành phương pháp này sẽ làm cho thiền *Vipassana* thêm phong phú, vì tạo ra được khoảng không gian thênh thang và sự nhẹ nhàng trong tâm. Pháp tu này củng cố khả năng quan sát mà không phê phán và giúp ta tránh được khuynh hướng thường tình trên đường tu tập, tránh được sự mong muốn trở thành một nhân vật nào khác.

Trên con đường tu tập, bạn sẽ nhận thấy rằng *phương tiện* và *mục đích* chỉ là một. Muốn đạt đến mục đích an lạc, chánh niệm và tình thương, ta phải biết cách thực hiện nó trong mỗi giây phút hiện tại.

Thường thì nên chúng ta thực hành *Từ bi quán* khoảng chừng năm hay mười phút trước hoặc sau mỗi lần ngồi thiền, hoặc vào cả hai thời điểm. Vào trước khi ngồi thiền, *Từ bi quán* sẽ tạo ra một khoảng không gian cởi mở mà ta có thể áp dụng vào sự chú ý đơn thuần, và vào cuối giờ thiền thì những tư tưởng từ bi có một ảnh hưởng rất mạnh vì tâm ta lúc đó đã được an định.

Phương pháp này rất giản dị. Ngồi xuống trong một tư thế thoải mái. Trước hết, chúng ta phải giải thoát tâm mình ra khỏi mọi sự căng thẳng hay thù hận, nếu có, bằng cách xin và ban bố sự tha thứ: *"Nếu tôi đã từng làm cho ai đau khổ hay thương tổn bằng tư tưởng, lời nói hay hành động, tôi xin được tha thứ. Và tôi cũng tha thứ hoàn toàn cho những ai đã từng làm tôi đau khổ hay tổn thương."* Niệm thầm câu này vài ba lần trong sự tĩnh lặng là một phương pháp hiệu quả để gột rửa tâm khỏi những cặn bã của hận thù hay tức giận.

Tiếp đó, trong khoảng một vài phút hãy hồi hướng những tư tưởng tốt lành đến cho mình bằng cách niệm thầm câu này vài ba lần: *"Xin cho tôi được hạnh phúc, xin cho tôi được an lạc, xin cho tôi được thoát khỏi những khổ đau."* Tập trung vào ý nghĩa của câu này. Chúng ta không thể nào thật sự thương một người khác nếu ta không chấp nhận và thương chính mình. Những danh từ, cách dùng chữ không quan trọng. Bạn hãy chọn câu nào có thể gây một sự rung động trong bạn và biến nó thành một câu thần chú của tình thương.

Tiếp tục thực hành, bắt đầu phóng tỏa những tư tưởng và tình cảm này đến những người khác: *"Cũng như tôi muốn được hạnh phúc, cầu xin cho tất cả mọi loài được hạnh phúc. Cũng như tôi muốn được an lạc, cầu xin cho mọi loài đều được an lạc. Cũng như tôi muốn được thoát khỏi khổ đau, cầu xin cho mọi loài đều được thoát khỏi khổ đau."* Niệm thầm câu này vài ba lần, rồi bắt đầu phóng tỏa tư tưởng từ bi đến những người khác. Những câu này có thể được rút gọn lại một cách nhịp nhàng và tụng đọc trong vòng năm hay mười phút: *"Xin cho tất cả được hạnh phúc, an lạc và không bị khổ đau."*

Bạn cũng có thể hướng những tư tưởng này đến một số người chọn lọc nào đó, có thể là những người thân yêu hay chính những người bạn đang tức giận hoặc có hiềm thù, như là cách cởi mở ra với lòng nhân hậu. Hãy hình dung những người ấy trong đầu khi bạn niệm những lời này. Và sau cùng hãy phóng tâm từ một lần nữa đến với mọi loài ở mọi nơi.

Trong thời gian đầu phương pháp này có vẻ như hơi máy móc, nhưng khi bạn thực tập đều đặn, cố gắng tập trung vào ý nghĩa của những lời ấy, vào sự chúc lành của bạn đến kẻ khác, dần dần tâm từ bi sẽ phát triển và trở nên vững mạnh.

Hỏi: Xin ông vui lòng giải thích thêm về sự liên hệ giữa từ bi và trí tuệ?

Đáp: Sự phát triển tâm từ là một loại thiền định làm cho tâm ta tập trung vào một điểm duy nhất là tình thương. Nó hoạt động trên bình diện thuộc về khái niệm, với một khái niệm *"trở thành"*. Đây là một phương pháp sử dụng khái niệm vô cùng khéo léo, vì nó tạo nên một khoảng không gian, nhờ đó mà chánh niệm có thể hoạt động hiệu quả hơn. Nói tóm lại, nó sử dụng định để đem lại sự nhẹ nhàng thanh thản trong tâm, nhờ đó ta có thể đi sâu hơn vào bình diện trí tuệ.

Hỏi: Ông có thể nói thêm một chút về sự sáng tỏ được không?

Đáp: Trong những giờ ngồi thiền, có thể bạn đã có những kinh nghiệm là đôi khi tâm mình rất sắc bén và sáng suốt, ý thức được mọi chuyện đang xảy ra trong mỗi giây phút; và cũng có những lúc tâm bạn bị mù mờ, lộn xộn, không nhận diện được sự việc một cách rõ ràng, mọi vật có vẻ mơ hồ. Nó cũng giống như trong một căn phòng tối lờ mờ, nếu chúng ta vặn đèn lên thì mọi vật sẽ trở nên rõ rệt và sáng tỏ hơn. Khi tâm ta không có đủ ánh sáng, ta không thể nào thấy rõ sự vật, ta có thể thấy lờ mờ bóng dáng của chúng chứ không thấy những chi tiết. Còn khi tâm ta có đủ ánh sáng, mọi vật có thể được phân biệt rõ ràng và nhờ vậy mọi tiến trình đều trở thành sáng tỏ, dễ hiểu. Ánh sáng đó chính là ánh sáng của ý thức và chánh niệm.

Hỏi: Nhưng rồi ta có bị chấp vào sự sáng tỏ đó không?

Đáp: Bạn có thể lắm chứ. Ta gọi đó là sự hư hoại của trí tuệ. Bạn phải ý thức được tự thân của sự sáng tỏ, để khỏi bị vướng mắc hay chấp cho nó là mình. Bởi vì sự sáng tỏ cũng chỉ là một phần của tiến trình. Khi chánh niệm và định lực mới bắt đầu phát triển, người ta thường tưởng rằng lúc này mình đã được giác ngộ, đã đến đích rồi, không còn gì nữa để làm. Bởi vì lúc ấy ta cảm thấy thư thái, nhẹ nhàng, an lạc và hạnh phúc lắm. Lúc ấy, vai trò của vị thầy rất quan trọng, ông chỉ khuyên: "Hãy cứ tiếp tục ngồi thiền."

Hỏi: Sự sáng tỏ ấy ở với ta qua mọi giai đoạn hay là chúng cũng chỉ đến rồi đi như những hiện tượng khác?

Đáp: Khi ta tu tập tiến bộ, nó ở với ta lâu hơn, mặc dù không phải là mãi mãi. Nó là một tâm hành phát triển mạnh theo sự thực hành của mình. Bạn sẽ trải qua những giai đoạn tiến bộ của sự sáng tỏ, cho dù ở những giai đoạn này ta không còn cảm thấy vui thú hay hỷ lạc nữa. Trong những trạng thái khổ đau cũng vẫn có thể có sự sáng tỏ. Bạn sẽ trải qua những giai đoạn mà bạn kinh nghiệm một sự khổ đau vô bờ cũng như niềm an lạc bất tận. Trong cả hai trạng thái đều có một sự sáng tỏ. Con đường, như *Don Juan* đã nói, là để đạt đến một sự toàn vẹn của con người. Không phải chỉ để kinh nghiệm một khía cạnh, nhưng là để kinh nghiệm niềm hạnh phúc, nỗi khổ đau, sự trong sáng, tất cả. Thấy được một cách trọn vẹn ta là ai.

Hỏi: Có phải từ bi chỉ ảnh hưởng tới tâm của mình mà thôi?

Đáp: Sức mạnh của một tâm *từ* khi được trợ lực bởi sự tập trung của tâm ý thì rất mãnh liệt. Có một câu chuyện về đức Phật và người em họ của ngài là *Đề-bà-đạt-đa*. Ông này muốn giết Phật để trở thành giáo chủ của Tăng đoàn. *Đề-bà-đạt-đa* biết rằng ông không thể nào giết Phật một cách công khai được, nên ông sắp đặt để cho một con voi đã uống rượu say chạy đến chỗ đức Phật đang đi khất thực. Ông nghĩ rằng, hoặc là đức Phật sẽ sợ hãi bỏ chạy, như vậy thì uy tín của ngài sẽ bị tiêu tan; hoặc nếu ngài ở lại thì sẽ bị con voi say kia dày xéo đến chết. Khi đức Phật đang đi khất thực trên một con đường nhỏ hẹp, *Đề-bà-đạt-đa* thả con voi say ra. Nhưng đức Phật không hề hoảng sợ hay bỏ chạy. Ngài vẫn đứng điềm nhiên với một tâm định kiên cố, rồi ngài phóng tỏa những tư tưởng từ bi đến con voi say ấy. Trong kinh kể lại rằng tâm từ của đức Phật làm cho con voi trở nên an tĩnh, và nó từ từ quỳ xuống trước chân ngài.[1]

Hỏi: Tâm từ bi biểu lộ ra bằng cách nào?

---

[1] Câu chuyện này được kể lại đầy đủ trong kinh Đại bát Niết-bàn, quyển thứ 15, phẩm thứ 8 (Phạm hạnh), phần 1. Bản dịch Hán văn của ngài Đàm-vô-sấm, bản Việt dịch của Đoàn Trung Còn và Nguyễn Minh Tiến, NXB Tôn giáo. Đây là con voi hung dữ nổi tiếng của vua A-xà-thế, có tên là Hộ Tài.

Đáp: Lòng từ bi không nhất thiết phải theo một luật hành động nhất định nào. Nó chỉ có nghĩa là cố hết sức mình để hành động bằng tình thương, bằng tâm từ qua những phương thức thích hợp với hoàn cảnh. Điều quan trọng là không nên tìm kiếm một công thức hành động nhất định để đem áp dụng cho mọi hoàn cảnh, vì bạn phải thành thực với chính mình, với những gì mình đang cảm nghĩ. Trong giai đoạn đầu thì cách thực hành *Từ bi quán* rất máy móc. Tâm từ là một tâm hành, nó không phải là một cái gì huyền bí mà ta nghĩ rằng mình có hay không có. Trên phương diện này, nó cũng giống như là chánh niệm, tâm định, trí tuệ hay là tham, sân. Nếu ta biết trau dồi, nó sẽ phát triển, còn nếu bỏ quên, nó sẽ héo hon đi. Lúc đầu thì nó không có vẻ tự nhiên, nó đòi hỏi một sự cố gắng, nhưng khi luyện tập tiến bộ ta sẽ trở nên thuần thục và tâm từ sẽ tự nó phát khởi.

Buổi tối thứ hai mươi lăm

Đạo

Trong đạo Lão có một câu chuyện về một thân cây mọc trên rừng. Cây ấy già và cong queo, các cành đều cằn cỗi và đầy những vết sần sùi. Có người đi ngang qua và nói với Trang Tử rằng cây ấy thật vô dụng, vì thân và cành đều cong vòng, khúc khuỷu cho nên không thể dùng vào việc gì được hết.

Trang Tử đáp:

"Cây trên núi là tự vời người đến đốn phá. Mỡ chứa lửa là tự làm cho mình bị thiêu đốt. Cây quế ăn được nên bị chặt. Cây sơn dùng được nên bị cắt. Người biết dùng cái dùng được, mà không ai biết dùng cái không dùng được. Sự vô dụng của cây là yếu tố bảo vệ cho nó. Vì không ai cần nó nên chẳng ai đốn xuống, nhờ vậy mà nó được yên thân, sống thọ, hưởng trọn kiếp thiên nhiên của mình."

"Không ai biết dùng cái không dùng được". Không dùng được có nghĩa là gì? Nó có nghĩa là rỗng không, không nỗ lực để trở thành một cái gì quan trọng, hay bất cứ một cái gì khác. Đó là giải thoát tâm mình ra khỏi tư tưởng mong cầu. Trở nên vô dụng có nghĩa là an định và để cho tự tính của mình được biểu lộ một cách giản dị và tự nhiên.

Có một vị sư nổi tiếng ở Thái Lan đã tóm tắt thái độ này, và có lẽ trọn vẹn cả giáo pháp trong một câu ngắn gọn. Ông nói: *"Không có gì để trở thành, không có gì để làm, không có gì để giữ."*

Chẳng có gì là quan trọng. Mọi vật đều vô thường và luôn trôi chảy, chuyển hóa. Nếu chúng ta có thể tự giải thoát ra khỏi nỗ lực để trở thành một người nào quan trọng, theo một đường hướng nào đó, hay là để đạt được một điều gì - không còn ham muốn hành động, trở thành và chiếm hữu - chúng ta có thể an trú trong sự phô bày của giáo pháp.

Đạo Lão thường bàn nhiều đến vấn đề trở nên vô hình trong cuộc sống. Có một vị hoàng tử đi săn khỉ. Khi ông ta vừa vào đến rừng thì những con khỉ thấy bóng dáng ông đã chạy tán loạn đi trốn hết. Nhưng duy có một con khỉ vẫn cứ ngồi yên trên cành, không có vẻ gì sợ hãi. Hoàng tử bèn lắp tên vào cung và bắn. Nhanh như chớp, con khỉ đưa tay ra bắt lấy mũi tên trong khi nó vẫn còn đang bay tới. Thấy vậy, vị hoàng tử ra lệnh cho tất cả quân lính của ông lắp tên vào cung bắn một lượt. Con khỉ bị trúng tên ngã xuống.

Bởi vì con khỉ ấy đã phô trương tài năng của nó, tự kiêu một cách vô lối, nên tài năng ấy đã trở thành nguyên nhân cho sự diệt vong. Tương tự như vậy, khi chúng ta hành động với một ý khoe khoang, muốn phô trương cái hay, cái giỏi của mình, hay khi hành động phát xuất từ một sự chấp ngã, chúng sẽ tạo ra một lực đối kháng, gây cho ta những xung đột và mâu thuẫn. Bước đi trong cuộc đời một cách vô hình có nghĩa là không quan trọng hóa tài năng hay đức tính của mình, không phô trương. Đây chính là thái độ của *vô ngã*, không có một ý niệm tự quan trọng hay tự nỗ lực nào. Chỉ có mặt trong giờ phút hiện tại, sống hòa hợp với hoàn cảnh chung quanh.

Một trong những khám phá quan trọng nhất khi tôi mới bắt đầu tu thiền là có rất nhiều hành động bắt nguồn từ ý muốn tạo nên một hình ảnh về mình: trang sức theo một lối riêng, đối xử với người chung quanh theo một cách nào đó... Tất cả đều xoay quanh ý niệm về một *cái tôi* mà tôi đã bỏ công tạo dựng và cố gắng duy trì.

Cứ mang vác theo một hình ảnh về mình là một gánh nặng gây ra một sự mâu thuẫn, đối chọi giữa con người thật của mình trong giây phút hiện tại với hình ảnh mà mình mong muốn. Vấn đề không phải là hành động một cách vô hình, mà là hành động với một sự *vô ngã*, giúp ta an trú trong giáo pháp, trong đạo lớn. Chẳng có gì đặc biệt để ta trở thành, chẳng có gì đặc biệt để ta làm, chẳng có gì đặc biệt để ta nắm giữ.

Chúng ta có thể buông bỏ những hình ảnh về mình, buông bỏ những phóng ảnh, và mọi nỗ lực để duy trì chúng. Hãy an trú trong hiện tại và để cho nó tự hiển lộ không có một mảy may thành kiến nào về con người thật của mình.

Suzuki Roshi trong quyển *"Zen Mind Beginner's Mind"* (*Thiền tâm, sơ tâm*) có đưa ra một thí dụ về sự thư thái và bao la của tâm ấy. Ông nói rằng cách hay nhất để kiểm soát một con bò là cho nó một đồng cỏ thật rộng. Khó mà có thể kiểm soát được một con bò trong một khoảng không gian nhỏ bé và giới hạn. Nhưng nếu bạn cho nó một bầu trời bao la thì khoảng trời rộng lớn ấy sẽ giữ con bò lại. Cũng vậy, một cách để kiểm soát tâm mình là để cho nó được thoải mái. Không cần gì phải nhốt hay kiềm hãm nó lại trong một khoảng không gian chật hẹp. Hãy thư thái và để cho nó tự nhiên hiện hữu, thoát ra ngoài mọi cố gắng, ý niệm muốn đạt một việc gì. Hãy cho nó một cánh đồng cỏ bao la và nhìn nó tỏa bày. Thái độ cố gắng để thực hiện một điều gì, để trở thành một người nào, đôi khi cũng lan tràn trong lãnh vực tu hành. Ý niệm tăng tiến, thủ đắc là một chướng ngại rất lớn cho sự tu tập. Tất cả cũng vì ta không hiểu được tự thể rỗng không của mọi vật, của đạo lớn.

Văn hào *Wei Wu Wei* đã diễn tả một cách hàm súc về vấn đề an trú trong hiện tại và không cần nỗ lực. Ông nói: *"Cái mà ta đang tìm kiếm là sự tìm kiếm."* Không có cái gì ở bên ngoài ta để cho ta tìm kiếm, nắm giữ hay là đạt đến. Ông nói: *"Chỉ có một câu hỏi, và hỏi tức là trả lời."* Hỏi tức là việc xảy ra trong giờ phút hiện tại. Và đó cũng là câu trả lời cho câu hỏi. Câu trả lời không phải là một cái gì *"ở bên ngoài"* mà ta cần phải tìm kiếm hay khám phá. Câu trả lời cho câu hỏi trọng đại *"ta là ai"* chính là việc nêu lên nghi vấn ấy.

Điều này giúp ta hiểu được truyền thống thiền (*Zen*) và việc sử dụng các *công án*, là những vấn đề không thể giải quyết. Chúng ta bắt tâm mình phải suy nghĩ về những câu hỏi mà không thể nào có một sự giải đáp hợp lý được, như là: "Hãy nói cho ta nghe về tiếng vỗ của một bàn tay?" Khi ta đi tìm câu trả lời bằng cách cố gắng giải quyết vấn đề tức là ta đã không hiểu gì hết. Câu hỏi mà vấn đề đưa ra, nghi vấn của một công án, tự nó chính là câu trả lời. Và sự thật thì lời giải đáp cho một công án là không có câu trả lời nào hết! Nó chính là khả năng ứng đối hoàn toàn trong giây phút hiện tại. Đây cũng là mục đích sự tu tập của chúng ta: hoàn toàn sống trong giờ phút hiện tại - trong câu hỏi và trong câu trả lời. Không phải đi tìm giải đáp bằng cách mong cầu một loại tri thức, một sự hiểu biết hay kiến thức nào cả, nhưng là kinh nghiệm một cách trọn vẹn tiến trình xảy ra trong giờ phút hiện tại.

Trở ngại to tát nhất cho sự an định là cố chấp vào một hình ảnh, ý niệm về mình và những mơ tưởng về một nhân vật mà mình muốn được trở thành. Chúng làm phức tạp một cách không cần thiết cái kinh nghiệm giản dị của việc sống trong hiện tại. Thường thì những người trên đường tu tập thường bị chấp kẹt vào một hình ảnh: một hình ảnh về một nhà tu, một thiền sư, một đạo sư mà họ tự tạo nên, rồi cố buộc mình phải hành động, sống theo như vậy.

Trong thời gian tu tập ở Ấn Độ, tôi có ba vị thầy khác nhau. Qua những vị thầy tôi học được một bài học vô cùng quan trọng: *không có một phương pháp duy nhất*. Sự giác ngộ không được diễn tả qua một cá tính, hay một tác phong duy nhất. Mỗi vị thầy đều có một cá tính riêng, theo một cách thức hoàn toàn khác nhau. Mỗi người đều là hiện thân của trí tuệ, tình thương và sức mạnh, nhưng hoàn toàn không có một ý niệm rằng hiện thân này phải được biểu hiện bằng cách này hay cách khác.

Wei Wu Wei nói rằng đức khiêm tốn chính là sự vắng mặt của một cá nhân kiêu hãnh. Nó không phải là một vị thế của thân hay của cá tính. Sự khiêm tốn thật sự chính là *vô ngã*. Những vị thầy của tôi biểu lộ sự *"vắng mặt"* này theo một lối riêng tự nhiên của họ. Sự nhận hiểu giáo pháp có thể biểu lộ qua nhiều cách khác nhau, giúp ta hiểu rằng không có một đường lối nhất định buộc ta phải theo. Trong sự tinh luyện này, ta không phải đảm đương hay bắt chước theo một tác phong nào hết. Cứ thoải mái và để cho những cá tính của ta hiển bày một cách tự nhiên, hãy để giáo pháp phô bày. *Không có việc gì để làm, không có ai để trở thành và cũng không có gì để giữ lấy.* Với thái độ đó, ta có thể làm, có thể trở thành và có thể giữ lấy một cách vô cùng tự tại.

Có một câu chuyện thiền nói về ý niệm chấp có mình và người khác. Ngài tổng đốc *Kyoto* đến thăm một vị thiền sư, nhờ người thị giả đưa danh thiếp vào. Trên danh thiếp có ghi tên ông với hàng chữ "*Tổng đốc Kyoto*". Vị thiền sư xem xong nói:

- Ta không biết người này là ai cả! Ngươi hãy bảo ông ấy cút đi cho khuất mắt ta!

Người thị giả ra kể lại với lời xin lỗi. Tổng đốc nói: "Không! Đó là lỗi của ta." Rồi ông lấy bút gạch bỏ hàng chữ "*Tổng đốc Kyoto*".

- Xin ông trình lại với thiền sư giúp tôi.

Vị thiền sư xem danh thiếp rồi kêu lên:

- Ồ! Hóa ra là ông ấy! Mời ông ấy vào ngay, ta đang muốn gặp!

Khi tự cho mình là "*Tổng đốc Kyoto*", người này đã xa lìa đạo pháp. Và khi tự giới thiệu mình như trong giờ phút hiện tại, không hình ảnh, không chức tước, không ý niệm, thì lập tức ông được gặp thiền sư. Khả năng ứng xử không bị giới hạn trong một hình ảnh nào luôn giúp ta có được sự tự tại trong các mối liên hệ. Chúng ta rất thường tự dồn ép bản thân và người khác vào những ngăn chứa tâm lý - "*Hắn là như vậy đó, tôi biết quá mà!*" Vì thế, liên hệ của ta với người khác trở nên cố định, qua tấm màn thành kiến. Nhưng sự vật thì thay đổi trong mỗi giây phút: tâm ta, thân ta, hoàn cảnh chung quanh ta.... Ta phải biết uyển chuyển thoát ra khỏi các thành kiến về mình hay người khác, để cho những thay đổi này cùng sự hiểu biết của ta được cởi mở và không ngăn ngại.

Cuộc đời của chúng ta phần nhiều xoay quanh ý niệm về *cái tôi* với những nỗ lực để bảo vệ và thỏa mãn nó. Năng lực này, khi mang vào trong sự tu tập thì ngược lại, trở thành ý muốn chiến đấu với *cái tôi*, cho rằng nó là một cái gì cần phải bị tiêu diệt. Nhưng chiến đấu với *cái tôi* là vẫn chưa hiểu được tự tánh của sự vật.

Wei Wu Wei có sử dụng ẩn dụ *con vịt trời* để nói về điều này như sau:

"Muốn diệt *cái tôi* ư? Săn nó, đập nó, đánh hơi nó, nói cho ta nghe nó trốn ở chỗ nào? Vui thú là cái chắc. Nhưng, nó ở đâu? Có phải ta cần tìm thấy nó trước chăng? Người ta nói rằng: Phải bắt được con vịt trời rồi mới nói đến chuyện làm thịt nó."

Vấn đề khó khăn ở đây là: không có con vịt trời nào cả! Mọi nỗ lực, mọi công phu, cố gắng là để diệt trừ *cái tôi*... nhưng nó có hiện hữu bao giờ đâu để cho ta tiêu diệt? Không có gì để ta ra sức đeo đuổi và cũng không có gì để loại trừ. Chúng ta cần phải chấm dứt việc tạo dựng một *cái tôi* trong mỗi giây phút. Hãy sống trong giờ phút hiện tại mà không dùng ý niệm, hình ảnh. Sống một cách giản dị và thư thái. Không có một mảy may tranh đấu hay khích động nào trong cuộc sống vô hình, buông xả ấy.

Có một bài văn thật đẹp diễn tả về lối sống này:

"Thế nào là bậc chân nhân? Bậc chân nhân không nghịch với ai, dù là thiểu số; không cầu công, không cầu danh. Người như vậy thì mất không tiếc, được không mừng... Bậc chân nhân ngủ không mộng mị, thức chẳng lo âu, ăn không cầu ngon, thở hít thâm sâu... Bậc chân nhân không tham sống, không sợ chết. Lúc ra không hăm hở, lúc vào không do dự; thản nhiên mà đến, thản nhiên mà đi. Họ không quên lúc bắt đầu, không cầu lúc sau chót. Nhận lãnh cuộc sống thì vui với đó mà quên đi; khi cái chết đến, phải trở về. Đó gọi là không lấy cái "*người*" nơi mình mà làm trở ngại lẽ "*trời*" nơi mình. Thế gọi là chân nhân. Nhờ được thế mà lòng luôn vững vàng, cử chỉ điềm đạm, gương mặt bình thản. Lạnh như mùa thu mà ấm như mùa xuân. Tất cả luân chuyển như bốn mùa nên cùng vạn vật hợp nhau, không biết đâu là cùng."

Hỏi: Làm sao có thể nỗ lực mà không có sự cố gắng?

Đáp: Chính nỗ lực của ta là để không còn cố gắng an trú và có chánh niệm trong hiện tại. Có lẽ một vài bạn đã có kinh nghiệm, khi chánh niệm tăng trưởng, không còn bị vướng mắc vào những thành kiến, mơ tưởng của mình. Khi tâm ta ở trong trạng thái đó, chẳng có gì để làm cả. Khi ta ngồi, chỉ có ngồi, và ta ý thức được bất cứ chuyện gì xảy ra một cách không cố gắng.

Hỏi: Dường như bây giờ tình trạng tu tập của tôi có thể được diễn tả như là một người mơ ngủ trong thất niệm. Mặc dù kiên nhẫn, tôi vẫn mong chờ khóa tu chấm dứt, luôn nghĩ đến những gì sau đó. Dường như là tôi chỉ có thể làm được đến đó thôi...

Đáp: Có loại trí tuệ phát xuất từ việc ý thức rằng mình đang mơ mộng viễn vông. Chỉ cần nhìn thoáng qua được cái tâm thơ thẩn, lang thang đó cũng đã chứng tỏ khả năng sống mà không bị lệ thuộc vào những bóng dáng và ý niệm ấy.

Hỏi: Như thế thì ta chọn lựa một lối sống bằng cách nào?

Đáp: Điều đó có thể được thực hiện bằng cách ý thức về những nhu cầu cần thiết của mình, hơn là những phương tiện để phô trương *cái tôi*. Thay vì coi nó như là sự hoàn tất của một ước vọng cá nhân nào đó, chúng ta có thể làm những gì thích hợp trong giây phút hiện tại, sẵn sàng để phục vụ và khởi sự vì lòng từ bi. Rồi mọi việc sẽ tự trôi chảy một cách giản dị và thư thả. Không có gì là đặc biệt để làm, để trở thành hay để nắm giữ.

Hỏi: Thế còn những dự định phải thực hiện thì sao?

Đáp: Tâm suy tính, hoạch định cũng chỉ xảy ra trong giờ phút hiện tại. Hãy ý thức rằng tâm dự định là một biểu hiện của hiện tại. Sống với những gì đang xảy ra, sử dụng tiến trình tư tưởng và cả toàn thể khuôn khổ của khái niệm để đối phó với cuộc đời, nhưng bao giờ cũng đứng vững bằng một nhận thức rằng tất cả là bây giờ. Hành động nhưng không mong cầu vào kết quả.

Hỏi: Khi tôi nói chuyện, tôi có rất nhiều ý kiến về những gì tôi muốn nói. Tôi muốn biết, khi ta thật sự biết nghe và nói trong chánh niệm thì sẽ thế nào?

Đáp: Chỉ có mỗi một cách để biết được. Đó cũng là thông điệp của những công án *Zen*. Một thiền sư trao cho người đệ tử của mình công án về chữ *vô*. Người đệ tử ngồi trên tọa cụ, suy nghĩ: "Vô, vô, vô... Biết sẽ nói gì với thầy khi ông hỏi mình về công án này đây?... Vô, vô..." Hay bất cứ một công án nào khác cũng vậy. Và người đệ tử đi vào trình pháp với vị thầy, lúc nào cũng suy nghĩ: *"Biết nói gì đây?"* Khi vị thiền sư hỏi về khám phá của anh ta trong công án *vô*, anh sẽ tìm cách trả lời loanh quanh. Vị thầy sẽ dùng gậy đánh anh ta, vì anh đã không chịu sống trong giờ phút hiện tại.

Câu trả lời cho một công án là không có câu trả lời nào hết, ngoại trừ việc sống thật ngay trong giờ phút đó. Một sự đáp ứng trọn vẹn, vô ngã, là lời giải đáp cho câu hỏi ấy. *Câu hỏi tức là câu trả lời. Cái mà ta đang tìm kiếm là sự tìm kiếm.* Tất cả đều là ngay bây giờ, trong lúc này. Nhưng tâm ta thì luôn muốn đi tìm một câu trả lời dễ dàng của kẻ khác trao cho. Tưởng rằng khi tôi biết câu trả lời, tức là tôi "giác ngộ". Đó là khi mà ta bị đánh một gậy. Việc *bị đánh một gậy* cũng chỉ xảy ra trong hiện tại, ngay ở giây phút này.

Hỏi: Thế còn nghe nhạc thì sao?

Đáp: Âm nhạc là một thí dụ rất hay để thấy rằng, nếu ta không sống trong hiện tại, ta sẽ đánh mất. Nếu bạn đang lắng nghe nhạc và tâm bắt đầu suy nghĩ, âm nhạc không dừng lại để chờ bạn. Trong thời gian bạn lo ra, bạn sẽ không lắng nghe. Đây có thể là một bài thực tập rất hay khi cố gắng giữ tâm mình theo với dòng sông âm thanh. Sự vô thường rất rõ rệt. Âm nhạc không phải là một sự kiện đơn nhất, nhưng là một chuỗi liên tục những âm thanh khởi lên và mất đi tiếp nối nhau.

Hỏi: Hình như ở đây có hai điều khác nhau rõ rệt là sự tỉnh thức và sự chú tâm vào một vấn đề. Tôi có thể bị thu hút vào trong âm nhạc mà không hề có chánh niệm; như vậy vẫn là ở trong hiện tại, nhưng không ý thức được mình đang sống trong hiện tại.

Đáp: Đó là sự khác biệt giữa *định* và *quán*. Ta có thể chú tâm hoàn toàn vào âm nhạc mà không hề có chánh niệm, mặc dù có những chuyện đang xảy ra để cho ta ý thức. Lúc này tâm hành của *định* đang trội lên hơn hết, tâm ta không bị lay động. Chỉ cần thêm vào đó một chánh niệm sắc bén là đủ, bạn sẽ có được một phương pháp tu tập trọn vẹn.

Hỏi: Làm thế nào để trở nên trong sạch?

Đáp: Cái đẹp của pháp tu này là chánh niệm tự nó sẽ thanh lọc tất cả. Ta không cần phải thiết lập một chương trình nào cho mình, *"Tôi sẽ trở nên thanh tịnh"*, vì điều đó có phần mâu thuẫn. Ý thức được những gì đang xảy ra trong giờ phút này chính là sự thanh lọc, để ta thấy được rằng không có gì để giữ lấy hay để trở thành, chẳng có gì đặc biệt để làm hay giữ lại. Chỉ cần ngồi xuống với một sự tỉnh thức.

Hỏi: Các bậc thánh nhân từ ngàn xưa đến giờ đã bỏ công ra truyền bá, viết sách, chơi nhạc, sáng tạo... Đó có phải là những sự phô trương của họ hay không?

Đáp: Khi bạn đã là vô hình, khi bạn không còn một tham vọng để làm hay đạt được bất cứ điều gì, thì thật ra bạn có thể làm, hay trở thành, hay có được bất cứ điều gì trên đời. Thật vậy, nhiều bậc giác ngộ đã diễn tả sự hiểu biết của mình một cách tự khởi, trình bày giáo pháp qua văn chương, nghệ thuật, nhưng họ không làm với một thái độ phô trương hay khoe khoang. Đó chỉ là một phần của sự phô bày tự nhiên, tự khởi, phát xuất từ sự trực nhận, chứ không phải vì một *cái tôi* hay là sự tự mãn. Có rất nhiều vị thầy là các nhà thơ, nghệ sĩ, nhưng những nghệ thuật, sáng tạo ấy luôn phát xuất từ một tâm thức trống không.

Hỏi: Có thể nào vẫn còn sự ham muốn thực hiện một điều gì, hoặc giúp đỡ người khác mà không là ích kỷ không?

Đáp: Trong môn *Ý nghĩa học* có một vấn đề về việc sử dụng chữ "tham muốn", nó có hai trạng thái. Một là cái muốn của lòng ái dục, của lòng tham muốn nắm giữ một cái gì; hai là cái muốn của sự phát động. Cái muốn của sự phát động có thể bắt nguồn từ một trống không, từ trí tuệ hay từ tình thương. Sự phát động này khác xa với những hành động bắt nguồn từ sự chấp ngã, chấp thủ. Đức Phật sau khi thành đạo, đã đi giảng dạy trên bốn mươi lăm năm. Ngài đã làm biết bao nhiêu việc, nhưng chẳng có ai ở phía sau những hành động ấy cả. Nó là một sự phô bày tự nhiên của giáo pháp. Và cuộc sống của ta cũng nên phô bày tự nhiên theo một lối riêng của nó, để biểu lộ tác phong và tự tính của ta. Nếu ta có thể hành động, nhưng không với một ý nghĩ "Tôi phải thực hiện điều này để trở thành một nhân vật quan trọng, để được danh tiếng hay giàu có", chỉ để cho nó tự phô bày trong giây phút hiện tại, thì mọi vật đều có thể thực hiện được.

Đây là một cánh cửa rộng lớn để đi vào sự tự do. Nếu chúng ta có thể thoát ra ngoài sự chấp ngã và thành kiến về mình, ta có thể trở nên tự nhiên và dễ cảm nhận đối với hoàn cảnh thay đổi chung quanh. Nhưng nếu ta có bất cứ một hình ảnh nào về mình, về hành động của mình, những ý niệm ấy sẽ trở thành một khăn che mắt, đưa ta vào con đường nhỏ hẹp, giới hạn bởi sự cố chấp, thành kiến về mình, mất đi khả năng ứng phó với hoàn cảnh thay đổi quanh ta.

Nếu chúng ta biết giữ sự cởi mở và tính cảm nhận, toàn tiến trình sẽ trở thành một sự trao đổi có hòa điệu. Không cần phải tự giới hạn mình trong một khuôn khổ, hình ảnh để làm gì. Hãy duy trì sự linh hoạt, duy trì sự cởi mở.

Buổi tối thứ hai mươi sáu

Thất giác chi

Đức Phật đã diễn tả rất rõ ràng con đường đi đến giải thoát. Con đường này gồm có sự phát triển của bảy tâm hành hay là bảy chi nhánh của sự giác ngộ, được gọi là *Thất giác chi*. Khi những tâm hành này được vun trồng, nuôi dưỡng đến mức trưởng thành, ta sẽ được giải thoát khỏi mọi sự trói buộc, khổ đau. Tất cả những phương pháp tu tập khác nhau, cũng chỉ với mục đích là phát triển một vài hay tất cả bảy chi nhánh của sự giác ngộ này.

1. Niệm:

Chi nhánh giác ngộ đầu tiên là *niệm*. Niệm tức là khả năng ghi nhận, ý thức được những gì đang xảy ra trong giờ phút hiện tại, không để tâm rơi vào sự quên lãng. Đức Phật nói rằng không có yếu tố nào mạnh mẽ bằng *niệm*, vì *niệm* có một khả năng vun trồng những tâm thiện và làm suy giảm những tâm bất thiện. Chúng ta không cần làm một việc gì đặc biệt để diệt trừ những tâm xấu và phát huy những tâm tốt, chỉ cần có ý thức trong giây phút hiện tại. Chánh niệm tự nó là một năng lực thanh lọc.

Trong một bài pháp, đức Phật dạy rằng chính sự tu tập bốn lãnh vực quán niệm (*Tứ niệm xứ*) là con đường duy nhất để đi đến giải thoát. Chánh niệm, tỉnh thức, được gọi bằng nhiều tên khác nhau trong những truyền thống khác nhau. Nhưng vấn đề danh xưng không quan trọng. Chính sự phát triển khả năng tỉnh thức, chánh niệm mới thật sự là con đường giải thoát.

Có bốn lãnh vực để ta áp dụng chánh niệm:

a. Lãnh vực đầu tiên là chánh niệm nơi *thân*: Hơi thở, cảm giác, những cử động và oai nghi khác nhau. Ý thức và cảm nhận được mọi sự thay đổi của thân thể.

b. Lãnh vực thứ hai của chánh niệm là *cảm thọ*, tức những tính chất dễ chịu, khó chịu hay trung hòa khởi lên trong từng giây phút của tâm. Mỗi đối tượng đều có một cảm thọ đi kèm theo. Khi những cảm thọ này trội lên, khi ta có một cảm giác dễ chịu hay khó chịu mạnh mẽ, chúng trở thành đề mục của thiền quán. Cảm thọ vô cùng quan trọng, vì chúng làm điều kiện cho sự ưa thích của ta. Vì cảm thọ dễ chịu mà ta ham muốn một sự vật gì. Vì cảm thọ khó chịu mà ta tức giận hay có ác cảm đối với một việc gì. Sự áp dụng thứ hai của chánh niệm là ghi nhận những cảm thọ này mỗi khi chúng sinh lên và diệt đi, không ưa thích những gì dễ chịu, không ghét bỏ những gì khó chịu.

c. Lãnh vực thứ ba của chánh niệm là *tâm thức*. Ý thức được mọi tâm hành cùng những thức tùy tùng của nó. Khi ta có một sự nóng giận, ý thức được tâm nóng giận; khi ta có một sự ái dục, ý thức được tâm ái dục đó, hay là tâm sợ hãi khi nó hiện hữu... Ý thức được tâm mình khi nó bị nhuộm màu bởi những yếu tố khác nhau mà không thương ghét, không phê phán, không đánh giá, không thêm bớt. Cái giận không phải là ta, nó chỉ là một tâm hành đang nhuộm màu tâm thức của ta trong giây phút ấy. Ngồi lại và nhìn sự đến rồi đi của chúng. Với một thái độ quan sát không chọn lựa, sẽ không còn một tâm hành nào có khả năng chi phối tâm

154

ta. Chúng chỉ là những màn trình diễn trong một vở tuồng. Chẳng có gì đáng để ta phải hớn hở hay lo buồn. Chỉ cần duy trì chánh niệm, tỉnh thức.

d. Lãnh vực cuối cùng của chánh niệm là *pháp*, tức là sự nhận thức chân lý, luật tự nhiên, ba tính chất của hiện hữu và *Tứ diệu đế*. Thấy được khổ đau, nguyên nhân của khổ đau, sự chấm dứt khổ đau và con đường đi đến sự chấm dứt khổ đau. Có chánh niệm về những trí tuệ này khi chúng khởi lên, đó là chánh niệm về *pháp*.

Có nhiều phương pháp thực hành *Vipassana* khác nhau, mỗi phương pháp chú trọng vào một vài hay cả bốn lãnh vực vừa kể. Thực hành theo bất cứ cách nào cũng sẽ đạt mục đích là đem tâm ta đến một trạng thái sáng suốt, quân bình. Tùy theo tánh khí, kinh nghiệm và điều kiện mà những phương pháp khác nhau thích hợp cho những người khác nhau. Nhưng ta không nên chấp vào phương pháp, điều quan trọng là phải phát triển chánh niệm.

2. Trạch pháp:

Chi thứ hai của giác ngộ là *trạch pháp*, hay là khảo sát giáo pháp. *Trạch pháp* có nghĩa là tìm hiểu, khám phá, phân tách một cách sâu sắc tiến trình của thân tâm, không dùng tư tưởng, không dùng khái niệm, nhưng với một tâm thức yên lặng và an lạc, sử dụng trực giác và kinh nghiệm để trực tiếp tìm hiểu hoạt động của toàn thể tiến trình xảy ra như thế nào. Đây cũng là một tên gọi khác của trí tuệ, ánh sáng trong tâm soi sáng tất cả những việc gì đang xảy ra.

Khi *trạch pháp* được trau dồi, ta sẽ thấy rằng mọi hiện tượng trong tâm và thân ta luôn luôn ở trong một trạng thái chuyển động. Không có gì thường hằng, mọi vật sinh ra và diệt đi liên tục. Cả tâm thức và đối tượng của chúng cũng đến và đi không ngừng nghỉ. Không có một nơi nào để nương tựa, không có chốn nào để ẩn náu. Mọi sự luôn ở trong trạng thái chuyển biến không ngừng.

Với *trạch pháp*, kinh nghiệm về vô thường sẽ phối hợp, ăn sâu vào nhận thức của ta. Chúng ta sẽ kinh nghiệm được trên một bình diện sâu xa hơn rằng tâm thức chỉ là một dòng chảy của các hiện tượng, tư tưởng, hình ảnh, tình cảm, tánh khí... Thân ta chỉ là một tập hợp của những sự rung động, cảm giác, không có gì bền chắc, không có gì để ta nắm giữ.

Từ những kinh nghiệm về vô thường sẽ phát sinh một trực kiến rằng không có gì trong tiến trình thân tâm này có thể đem lại hạnh phúc vĩnh cửu; không có một sự thỏa mãn nào là lâu bền. Không có gì là hoàn tất mãi mãi, vì tất cả đều sẽ tiếp tục đi qua. Điều này cũng giống như đi tìm hạnh phúc an ổn trong một bong bóng nước. Vừa khi đụng đến là nó đã vỡ tung. Sự hủy hoại có mặt trong mỗi giây phút. Một bản chất bất an.

Cùng với sự vô thường và tính chất bất an là một nhận thức về *vô ngã*. Không có một nơi nào trong thân và tâm mà ta có thể tìm được một thực thể thường hằng để có thể gọi đó là *cái ta*, là *ngã*. Không có ai ở sau các tiến trình hành động cả.

"Trong cái thấy chỉ có cái bị thấy; trong cái nghe chỉ có cái bị nghe; trong cảm giác chỉ có cái bị cảm giác; trong cái nghĩ chỉ có cái bị suy nghĩ." Tất cả chỉ là một dòng chảy của tiến trình. Sự thấy, sự nghe, sự ngửi, sự nếm, sự đụng chạm và sự suy nghĩ. Toàn thể vũ trụ chỉ bao gồm trong sáu tiến trình này. Những hiện tượng rỗng không tiếp tục trôi lăn. Không có *cái tôi*. Các đặc tính đó được trực nghiệm trên một bình diện thâm sâu, khi *trạch pháp* được phát triển. Nó là trí tuệ soi sáng tâm thức ta.

Một trong những trợ lực bên ngoài cho sự phát triển trí tuệ là yếu tố thanh tịnh, hay là sự sạch sẽ của thân thể, quần áo, môi trường. Thí dụ như một ngọn đèn dầu. Nếu bóng đèn dơ bẩn thì ánh sáng tỏa ra từ ngọn đèn sẽ không được sáng tỏ. Còn nếu bóng đèn sạch sẽ, trong trẻo thì ánh sáng tỏa ra sẽ rất sáng tỏ và ta có thể nhìn thấy mọi vật dễ dàng.

3. Tinh tấn:

Chi thứ ba của giác ngộ là *tinh tấn*. Không có việc gì thành công mà không có cố gắng. Nếu chúng ta muốn đạt được bất cứ một điều gì, dù là tiền bạc hay tài năng, ta đều phải có nỗ lực. Những gì chúng ta đang làm nơi đây là vun trồng một lợi ích cao thượng. Ta phải biết nỗ lực, tinh tấn. Đức Phật chỉ là người chỉ đường, mỗi chúng ta phải tự mình đi. Không có ai có thể giác ngộ thay cho một kẻ khác được. *Tham, sân, si* hiện hữu trong tâm ta. Không có ai đưa nó vào, và không ai có thể lấy nó ra. Chúng ta phải tự thanh lọc. Mỗi người phải tự nỗ lực đi trên con đường thanh tịnh.

Tinh tấn là một yếu tố rất mãnh liệt, khi được trau dồi và phát triển nó có thể loại trừ những hôn trầm, lười biếng, dã dượi trong tâm. Khi gặp phải những khó khăn, trở ngại trên đường, nỗ lực tinh tấn sẽ nâng cao tinh thần. Đây là một trợ lực quan trọng, một phần thiết yếu của con đường đi đến sự giải thoát.

4. Hỷ:

Chi thứ tư của giác ngộ là *hỷ*. Hỷ có nghĩa là sự thích thú đối với một đối tượng. Nó được diễn tả như một niềm vui hớn hở. Một niềm vui thú ham thích chuyện đang xảy ra với mình. Ví dụ như có người đi lạc nhiều ngày trong sa mạc, nóng bức và mệt mỏi, dơ nhớp và đói khát. Bỗng trong thấy từ xa một hồ nước trong vắt. Tâm của người ấy lúc đó chỉ biết có hồ nước trước mặt, niềm vui sướng của anh bây giờ cũng tương tự như là chi giác ngộ *hỷ lạc*. Hỷ lạc là khoảng không gian thênh thang trong tâm, vì không cố chấp, bám víu hay nắm chặt vào sự vật.

Một phương cách để trau dồi yếu tố này là quán tưởng về mười sự hoàn hảo trong sự giác ngộ của đức Phật. Sự hoàn hảo trong việc bố thí. Bố thí vì muốn làm vơi đi khổ đau của mọi loài. Đức Phật không hề dừng lại để thắc mắc, người này đáng được cho, còn người kia thì không... Một sự bố thí rộng khắp. Sự hoàn hảo trong việc giữ giới, không làm hại bất cứ sinh vật nào. Buông xả. Tinh tấn. Trí tuệ. Kiên trì, luôn luôn gìn giữ. Nhẫn nhục là một đức tính rất quí trên con đường tu tập. Lòng từ bi. Sự chân thật. Đức cương quyết. Sự bình an. Những đức tánh này đem lại tính chất hoàn thiện trong sự giác ngộ của đức Phật.

Chúng ta có thể làm cho yếu tố *hỷ lạc* phát huy trong ta bằng cách quán tưởng về đức Phật và ý thức rằng ta cũng đang vun trồng những đức tính ấy. Trong mỗi hành động bố thí, trong mỗi sự kiên nhẫn hay chân thật và những đức khác, chúng ta đang cùng chia sẻ sự hoàn toàn của một Phật tánh. Quán tưởng về những việc làm tốt và sự tu tập của mình, sẽ đem lại niềm vui. Suy nghĩ về giáo pháp: *Tứ diệu đế, vô thường, vô ngã* - những chân lý cho mọi thời, mọi người. Quán tưởng về sự chân thật của giáo pháp, qua chính kinh nghiệm của mình, và tính chất tự chứng nghiệm chứ không chấp nhận mù quáng tin theo. Sự tán dương chân lý mang lại cho ta một niềm vui lớn và phát triển *hỷ lạc* trong tâm. Niềm hạnh phúc cao siêu vi diệu khi thực hành chân lý sẽ đem lại cho ta một tâm vô cùng thanh thản và nhẹ nhàng.

5. Khinh an:

Chi thứ năm của giác ngộ là sự nhẹ nhàng, an tĩnh. Một thí dụ về sự an tĩnh này là giống như người đi đường mệt lả dừng chân dưới một bóng cây mát mẻ. Cảm giác mát mẻ, dễ chịu của người đó giống như là yếu tố *an tĩnh*. Khi mọi tham dục đã không còn, tâm ta sẽ trở lại tươi mát vì không còn bị lửa sân hận, ái dục thiêu đốt.

6. Định:

Chi thứ sáu của giác ngộ là *định*. Định có nghĩa là khả năng tập trung tư tưởng vào một điểm duy nhất, giữ tâm trụ yên mà không bị xao động. Một tâm không định thì rất nông cạn, sẽ lang thang từ đối tượng này sang đối tượng khác. Định mang lại cho tâm một sức mạnh và khả năng quán chiếu. Có hai loại định. Loại thứ nhất được tập luyện bằng cách chú tâm vào một điểm, và phát triển cho đến mức nó thấm sâu vào đề mục ấy. Loại định này là căn bản cho một số thần thông. Còn loại định thứ hai, được phát triển trong thiền quán, được gọi là định nhất thời. Loại định này tập trung tâm ý vào nhiều đối tượng thay đổi khác nhau. Cũng chính loại định thứ hai này, phối hợp với những yếu tố giác ngộ khác, đưa ta đến sự giải thoát.

7. Xả:

Chi cuối cùng của giác ngộ là *xả*. Xả có nghĩa là một tâm không thiên lệch. Khi mọi việc suôn sẻ, không có sự hân hoan quá trớn. Khi gặp khó khăn, trở ngại, không buồn nản hay thất vọng. Xả có nghĩa là không nghiêng về bất cứ một hiện tượng nào, xem mọi sự việc đều bình đẳng như nhau. Một thí dụ về yếu tố xả là như ánh nắng chiếu xuống mặt đất. Mặt trời không hề chọn lựa chiếu soi một nơi này mà từ chối một nơi khác. Nó chiếu tỏa ánh nắng một cách bình đẳng đến mọi vật. Yếu tố xả tức là tiếp nhận mọi sự vật đều như nhau.

Một phương pháp để trau dồi yếu tố *xả*, nhất là trong ứng xử với kẻ khác, là nhớ rằng chúng ta chỉ là người thừa nhận những nghiệp quả của mình. Thế nên khi gặp người đang hạnh phúc, ta có thể chung vui với họ trong một tâm *xả* vì hiểu rằng họ đang hưởng những kết quả từ kiếp trước. Hoặc khi thấy người đang bị khổ đau, ta có thể khởi lòng từ bi, làm vơi đi nỗi khổ của họ, nhưng với một tâm không động, vì hiểu rằng đây chỉ là sự hiển bày của luật nhân quả.

Nhưng tâm xả không phải là một sự lãnh đạm, thờ ơ, mà là một sự bình đẳng của tâm. Trong thiền quán, khi tâm ta đạt đến trình độ có thể ý thức được tiến trình biến đổi một cách thật chi tiết và chính xác, yếu tố xả sẽ giữ cho mọi việc được quân bình, an tĩnh.

Đó là bảy chi nhánh của giác ngộ mà ta cần phải phát triển trên đường tu tập. Có ba chi thuộc về những yếu tố làm phấn khởi, và ba chi thuộc về những yếu tố làm an tâm. *Trí tuệ, tinh tấn* và *hỷ lạc* tạo ra sự phấn khích, khiến tâm được tỉnh thức và mẫn tiệp. *An tĩnh, định* và *xả* làm cho tâm trở nên an hòa, tĩnh lặng. Những yếu tố ấy phải hoàn toàn hòa hợp với nhau: nếu có nhiều sự phấn khích quá ta sẽ trở nên bồn chồn, còn nhiều sự an tĩnh quá ta lại dễ hôn trầm. *Niệm* là yếu tố vô cùng quan trọng, vì nó chẳng những hỗ trợ cho những yếu tố giác ngộ khác mà còn giữ cho chúng ở trong một trạng thái hòa hợp, quân bình.

Sự tiến hóa của tâm trong giai đoạn này có thể mang lại cho ta một niềm khích lệ và phấn khởi vô biên. Hãy tưởng tượng một tâm khi đã được phát triển đầy đủ những yếu tố *niệm, trí tuệ, tinh tấn, hỷ lạc, an tĩnh, định* và *xả*, tâm ấy sẽ chói sáng và tràn đầy hạnh phúc. Đó là những gì mà chúng ta đang tu tập ở đây. Những chi nhánh của giác ngộ không chỉ mang lại hạnh phúc trong giây phút hiện tại mà còn hướng đến *Niết-bàn*, đến sự giác ngộ, giải thoát.

Ngày qua ngày, đôi khi chúng ta dễ quên đi lý do vì sao mình lại ngồi đây đối diện với những sự bứt rứt, đau đớn, nhức mỏi, lo ra. Nhưng những gì đang xảy ra mà ta không nhận thấy được - một cách chắc chắn, đều đặn và tiến bộ - là sự phát triển của những chi nhánh giác ngộ này. Đây là một công trình vĩ đại, một sự tiến hóa cao tột nhất của tâm.

Hỏi: Giác ngộ đến một cách dần dần (tiệm ngộ) hay xảy ra trong chớp nhoáng (đốn ngộ)?

Đáp: Cả hai. Giác ngộ lúc nào cũng là chớp nhoáng trong ý nghĩa nó là sự trực nhận của trí tuệ. Đây không phải là chuyện mà ta có thể suy nghĩ để hiểu được. Nó phát xuất từ một tâm an tĩnh, một sự trực kiến, bất ngờ, một sự hiểu biết không thể nghĩ bàn. Nhưng trực giác ấy không phải xảy ra một cách ngẫu nhiên. Tâm phải đạt đến một sự quân bình đáng kể nào đó thì sự giác ngộ chớp nhoáng này mới có thể xảy ra.

Hỏi: Khi một người có được sự hiểu biết nào đó, họ có hành động theo trí tuệ ấy không? Dường như bây giờ tôi có được một chút nào hiểu biết, nhưng tôi thấy mình không làm đúng theo nó.

Đáp: Chỉ cần bạn thật sự có chánh niệm hơn một chút là cũng đã thay đổi phần nào hành động của bạn rồi. Chánh niệm rất có hiệu lực. Một khi bạn đã thử tập ngồi nhìn những sự việc xảy ra, bạn sẽ khó có thể bị lôi cuốn vào những phản ứng như trước đây, mặc dù hoàn cảnh cũng giống hệt như vậy. Cũng giống như có một tiếng nói trong bạn: "Mình đang làm gì thế?" Một chút chánh niệm tu tập ấy sẽ trở thành một năng lực mãnh liệt. Dần dần, sự hiểu biết ấy sẽ phối hợp với hành động của ta một cách trọn vẹn hơn.

Hỏi: Tôi có một thắc mắc về sự vô thường của hạnh phúc. Tôi biết có những người yêu Thượng đế một cách mãnh liệt và dường như họ lúc nào cũng phát ra một nguồn an lạc, hạnh phúc cả.

Đáp: Điều này có thể hiểu bằng hai cách. Thứ nhất, mọi

trạng thái đều vô thường trong nhất thời; có nghĩa là, hạnh phúc không thể thường hằng trong tâm, vì tâm tự nó sinh diệt trong mỗi giây phút. Trên căn bản đó, giây phút của tâm thức, thì nó là vô thường. Không có gì là thường hằng, không có gì là bất biến. Theo cách hiểu thứ nhì, thì những người yêu Thượng đế, muốn trở về với Thượng đế, ý thức được Thượng đế qua một phương pháp thiền định. Họ có thể hưởng được một hạnh phúc lâu dài. Mặc dù nó vẫn đang trong một tiến trình thay đổi, nhưng những trạng thái ấy liên tục nhau. Vì thế, trạng thái ấy tuy dài lâu nhưng vẫn là vô thường. Khi mà điều kiện thương yêu Thượng đế vẫn còn đó, và khi mà định lực vẫn còn đầy đủ, nó sẽ sinh ra hạnh phúc, vì hạnh phúc được duy trì là nhờ có định lực. Nhưng khi có một sự mê mờ nào khởi lên trong tâm thì tâm lại trở nên mờ mịt vì những *tham, sân, si.* Định lực có khả năng đè nén những tâm bất thiện. Khi nào định lực còn đầy đủ, mọi việc sẽ là an vui, hạnh phúc. Nhưng khi định lực bị suy giảm, những tâm bất thiện bị dồn nén sẽ trở lại hoạt động như xưa. Bởi vậy, điều quan trọng là ta phải biết dùng trí tuệ để nhổ tận gốc rễ của khổ đau, để chúng không còn khả năng khởi lên được nữa.

Hỏi: Đức Phật là một đấng đại từ, đại bi, thế tại sao ngài không ở lại cuộc đời mà cứu giúp chúng sinh?

Đáp: Đức Phật là một hóa thân của giáo pháp. Ngài không phải là một cái gì đứng bên ngoài sự chi phối của luật tự nhiên. Đã có sinh ra thì sẽ có bệnh và có chết. Cho dù bạn có giác ngộ hay không giác ngộ, đây là một phần của luật tự nhiên. Nhưng chân lý thì bất biến, khi đã học được con đường của sự hiểu biết, chúng ta không cần phải dựa vào bất cứ ai khác, ngoại trừ chính mình.

Hỏi: Tôi để ý rằng tình thương không phải là một chi nhánh của sự giác ngộ. Nếu ta trở nên quá khô khan, lạnh lùng, điều ấy có nguy hiểm không?

Đáp: Việc quan trọng là ta phải hiểu những ý nghĩa khác nhau của tình thương. Loại thứ nhất là loại mà ta đã nói tới, tình thương có tính cách trao đổi. Chúng ta thương nhưng muốn rằng phải có một cái gì đáp lại. Loại thứ hai là lòng mong muốn mọi người đều được hạnh phúc, một tình thương vô bờ bến. Đây là một loại tình thương không có giới hạn, vô điều kiện. Nhưng nó vẫn còn sử dụng khái niệm, như là đàn ông, đàn bà, chúng sinh. Những ý niệm này không phải là những sự thật tuyệt đối. Con người thật của chúng ta chỉ là một tập hợp của những yếu tố theo nhau sinh và diệt trong từng giây phút. Có một loại tình thương thứ ba cao thượng hơn cả loại tình thương vô điều kiện. Tình thương này là một sự hoà hợp tự nhiên, phát sinh từ sự phá bỏ những biên giới tạo nên bởi ý niệm về một tự thể riêng biệt. Không có "*tôi*", không có "*người khác*". Tình thương này sinh ra nhờ trí tuệ, và trên bình diện này thì "*tình thương*" và "*tánh không*" đều cùng một ý nghĩa như nhau. Không hề có một ý niệm "*tôi đang thương*". Hoàn toàn không bị chi phối bởi ý niệm về một *cái tôi*. Khi bạn đạt đến loại tình thương cao tột nhất này, thì bạn cũng sẽ biểu lộ được những loại tình thương kia. Hãy nhìn chung quanh, quan sát những vị thầy mà bạn kính phục. Các ngài cũng đầy tình thương và ánh sáng, nhưng họ không hề có ý nghĩ là phải làm như vậy. Đó là sự biểu lộ tự nhiên của giáo pháp.

Buổi tối thứ hai mươi chín

Con đường của Phật

Đức Phật không truyền dạy một chủ nghĩa. Ngài dạy giáo pháp, *Dharma*, hay là quy luật. Ngài không hề dạy tín ngưỡng hay là những giáo điều độc đoán, hay là một hệ thống bắt buộc người ta phải tin theo. Qua sự giác ngộ của ngài, đức Phật chỉ cho ta con đường để có thể kinh nghiệm được chân lý trong tự tâm mỗi người. Trong khoảng thời gian bốn mươi lăm năm hoằng pháp, ngài đã dùng rất nhiều từ ngữ, ý niệm khác nhau để chỉ cho ta chân lý. Nhưng những từ ngữ, ý niệm ấy tự nó không phải là chân lý. Chúng chỉ là ngón tay chỉ cho ta thấy mặt trăng. Vào thời đức Phật, nhờ ở trí tuệ và tài giảng thuyết của ngài nên không mấy ai bị lầm lẫn giữa ý niệm và kinh nghiệm. Họ nghe và hiểu được những gì đức Phật muốn nói, quay vào trong tự tâm và kinh nghiệm sự thật ở chính thân tâm mình.

Sau một thời gian, người ta bắt đầu giảm bớt sự thực hành. Họ bắt đầu lẫn lộn giữa lý thuyết với kinh nghiệm. Có nhiều trường phái khác nhau xuất hiện, tranh luận nhau về các lý thuyết, khái niệm. Điều này cũng giống như ngón tay được dùng để chỉ mặt trăng. Nhìn ngón tay mà quên đi mặt trăng là đã quên đi mục đích của nó. Chúng ta không nên lầm lẫn giữa ngón tay với mặt trăng. Đó là lầm lẫn giữa văn tự, lý thuyết với kinh nghiệm thực chứng.

Khi Phật giáo truyền sang Trung Hoa, nó phát triển theo một đường hướng đặc biệt, pha trộn phần nào với Lão giáo. Một trong những người có ảnh hưởng nhiều nhất đối với đường lối và truyền thống của Thiền tông Phật giáo là Lục tổ Huệ Năng. Trong kinh Pháp Bảo Đàn có kể lại, mặc dù ngài không biết chữ nhưng tâm ngài trong sạch và thẩm thấu đến mức chỉ nghe tụng một câu trong kinh Kim Cang là đã được giác ngộ. Về sau, người ta chỉ cần đọc những câu kinh Phật bất kỳ cho ngài nghe là ngài có thể giảng giải cho họ những nghĩa lý thâm sâu vi diệu trong đó.

Có vị đệ tử hỏi về ý nghĩa của việc chia ra bốn thừa trong đạo Phật, ngài dạy:

"Ông nên tự quán xét bản tâm, đừng vướng mắc pháp tướng bên ngoài. Pháp không có bốn thừa, chỉ do tâm người tự có sai biệt. Thấy, nghe, chuyển tụng, ấy là bậc Tiểu thừa. Ngộ pháp, hiểu nghĩa, ấy là bậc Trung thừa. Y pháp tu hành, ấy là bậc Đại thừa. Muôn pháp đều thông suốt, muôn pháp đều đầy đủ, đối với hết thảy đều không đắm nhiễm, lìa các pháp tướng, không có chỗ sở đắc, gọi là Tối thượng thừa."[1]

Trong mọi truyền thống Phật giáo, cho dù ở Ấn Độ, Miến Điện, Trung Hoa, Nhật Bản, Tây Tạng hay Hoa Kỳ, luôn có những người chấp vào văn tự, đọc tụng kinh điển. Đó chính là *Tiểu thừa*. Khi ta chuyển lý thuyết ra thành hành động, trực tiếp kinh nghiệm giáo pháp, chúng ta dần dần tiến lên những thừa cao hơn. Cho đến khi ta không còn bám víu vào đâu nữa, không còn trụ chấp vào một nơi nào, hoàn toàn sống với đạo pháp trong từng giây phút. Đây mới là con đường Tối thượng thừa của giáo pháp, một sự thực hành trọn vẹn. Nó không nằm trong truyền thống nào hết. Nó tùy thuộc vào sự hiểu biết tiến hóa của mỗi người.

Khi giáo pháp được biểu lộ qua những giai đoạn khác nhau, trong lịch sử đã có nhiều vị thiền sư sử dụng những

---

[1] Nguyên tác Hán văn: 汝觀自本心，莫著外法相。法無四乘，人心自有等差。見聞轉誦是小乘。悟法解義是中乘。依法修行是大乘。萬法盡通，萬法俱備，一切不染，離諸法相，一無所得，名最上乘。(Nhữ quán tự bản tâm, mạc trước ngoại pháp tướng. Pháp vô tứ thừa, nhân tâm tự hữu đẳng sai. Kiến, văn, chuyển tụng thị Tiểu thừa. Ngộ Pháp, giải nghĩa, thị Trung thừa. Y Pháp tu hành, thị Đại thừa. Vạn pháp tận thông, vạn pháp cụ bị, nhất thiết bất nhiễm, ly chư pháp tướng, nhất vô sở đắc, danh Tối thượng thừa.) Pháp Bảo Đàn Kinh, phẩm Cơ duyên.

phương thức khéo léo để hướng dẫn người ta quay trở vào trong, kinh nghiệm giáo pháp ngay chính nơi tâm mình. Có những danh từ thông dụng, nhưng sau một thời gian lại trở thành chướng ngại. Vì thế, một ý niệm cũ có thể được các ngài sử dụng theo cách mới để thức tỉnh con người, khiến họ phải quay lại nhìn vào thực tại.

Thí dụ như danh từ *"Phật"* đã được sử dụng trong nhiều truyền thống với những khái niệm khác nhau. Trước hết, Phật dùng để chỉ một nhân vật có thật trong lịch sử, *Tất-đạt-đa Cồ-đàm*, người đã giác ngộ. Nhưng danh từ ấy cũng được dùng để chỉ một tâm không còn điều bất thiện: *Phật tâm*, *Phật tánh*, nghĩa là tâm không còn bị ảnh hưởng bởi *tham*, *sân* và *si*.

Trong vòng 300 năm sau khi đức Phật nhập diệt, không hề có hình Phật hay tượng Phật. Thực hành giáo pháp tức là hình ảnh của Phật, không cần phải biểu hiện nó ra bên ngoài. Nhưng theo thời gian, truyền thống này bị mất, con người bắt đầu đem đức Phật ra bên ngoài tâm mình, hình tướng hóa nó trong giới hạn không gian và thời gian.

Khi ý niệm bị hình tướng hóa, hình tượng được dựng lên, các bậc thầy lại bắt đầu nhấn mạnh lại ý nghĩa ban đầu của chữ Phật. Có vị khuyên *"phùng Phật sát Phật"*, có nghĩa là gặp Phật thì hãy giết ngài đi. Câu này làm rúng động những ai quen dùng nhang đèn thờ lạy Phật. Nếu bạn có một hình ảnh nào về tâm Phật ở bên ngoài bạn, hãy tiêu diệt nó, buông bỏ nó đi. Đã có một cuộc tranh luận kịch liệt về việc giác ngộ, thấy được *Phật tánh*, thành Phật ngay trong kiếp hiện tại. Một luồng sinh khí mới được thổi vào sự thực hành.

Đức Phật *Cồ-đàm* đã liên tục nhắc nhở chúng ta rằng, muốn kinh nghiệm được chân lý phải biết quay vào bên trong tâm mình. Có một vị đệ tử say mê vẻ đẹp của thân Phật. Đức

Phật vốn có một vẻ đẹp trọn vẹn về cả thân lẫn tâm, vị đệ tử này luôn tìm dịp để được ngồi cạnh nhìn ngắm những tướng tốt trang nghiêm của ngài. Sau một thời gian, đức Phật quở trách ông. Ngài nói rằng, ông ta có thể nhìn ngắm chân dung của đức Phật một trăm năm mà không thể nào thấy được Phật. Ai thấy được giáo pháp sẽ thấy được Phật. Đức Phật nằm ở bên trong ta. Nó có nghĩa là kinh nghiệm được chân lý. Luôn luôn lúc nào cũng phải trở về với hiện tại, kinh nghiệm được ngay giờ phút này.

Lục tổ Huệ Năng dạy rằng: *"Phật do trong tánh khởi lên, đừng cầu tìm ở bên ngoài. Kẻ nào không biết gì về tự tánh của mình là chúng sinh. Còn ai thấy được tự tánh, người đó là Phật."*[1]

Phật ở đây không phải là một nhân vật lịch sử, nhưng là sự tự do không còn bị chi phối bởi những sự bất thiện, một tâm hoàn toàn thanh tịnh. Đó là đức Phật mà tất cả chúng ta đều phải trở thành.

Có một quan niệm thường bị hiểu lầm là sự phân biệt những truyền thống khác nhau. Đó là quan niệm về *Bồ Tát*. Danh từ *"Bồ Tát"* có hai nghĩa. Theo một nghĩa cụ thể, nó dùng để chỉ một người phát nguyện sẽ giác ngộ, như là *Tất-đạt-đa* và cuộc hành trình tu tập của ngài cho đến khi đắc quả Phật. Nhưng danh từ Bồ Tát cũng có một nghĩa khác, dùng để chỉ cho những đức tính trong sạch của tâm. Trong truyền thống Đại thừa và Phật giáo Tây tạng có cả một hệ thống Bồ Tát, mỗi vị tượng trung cho một đức tính của tâm. *Văn Thù* là Bồ Tát của trí tuệ. Quán Thế Âm là Bồ Tát của từ bi. Các vị Bồ Tát là những biểu tượng cho các tâm thiện. Trong mỗi giây phút có trí tuệ, ta trở thành Bồ Tát Văn Thù,

---

[1] Nguyên tác Hán văn: 佛向性中作，莫向身外求。自性迷，即是眾生。自性覺，即是佛。(Phật hướng tánh trung tác, mạc hướng thân ngoại cầu. Tự tánh mê, tức thị chúng sanh: tự tánh giác, tức thị Phật.) Pháp Bảo Đàn Kinh, phẩm Nghi vấn.

trong những giây phút có từ bi, ta là Bồ Tát Quán Thế Âm. Nếu chúng ta hiểu danh từ Bồ Tát theo nghĩa này, Bồ Tát nguyện sẽ có một ý nghĩa bao la hơn.

Trên một phương diện, nó là lời nguyện dâng hiến thân này cho sự giác ngộ, giải thoát. Tương truyền rằng trong một tiền kiếp, khi đức Phật *Thích-ca* còn là Bồ Tát sinh vào thời của một đức Phật khác, ngài có đủ khả năng giác ngộ nhưng vì quá cảm phục sự hiện diện của đức Phật ấy, quá thương xót mọi loài đang còn bị đau khổ, nên ngài quyết định dời lại sự giác ngộ của mình vào một kiếp khác, để có thời gian đào luyện một sự hoàn toàn cho *Phật tánh* của mình. Mặc dù tâm tự tại của Bồ Tát và Phật đều bình đẳng như nhau, nhưng năng lực và chiều sâu của lòng từ bi và trí tuệ của Phật có phần hơn, vì quá trình tu tập lâu dài hơn của các ngài.

Một ý nghĩa khác về Bồ Tát được Lục tổ Huệ Năng diễn tả rõ ràng như sau: *"Chúng ta nguyện sẽ giải thoát vô lượng chúng sinh. Câu ấy có nghĩa gì chứ? Nó không có nghĩa là tôi, Huệ Năng, sẽ độ cho những chúng sinh ấy. Và những chúng sinh này là ai? Chúng chính là những ý nghĩ si mê, giả dối, gian ác, bất thiện trong tâm ta. Chúng là những chúng sinh đang cần được độ. Mỗi người chúng ta phải tự độ lấy mình bằng cách thấy được tự tánh của tâm."*[1]

Lời nguyện độ vô lượng chúng sinh có thể được hiểu như là hành động giải thoát cho những tâm niệm xấu ác trong tâm ta, như là tâm sân hận, tâm si mê, tâm tham lam, tâm ái dục. Mỗi tâm là một chúng sinh, sinh lên rồi diệt đi. Và ta

---

[1] Nguyên tác Hán văn: 善知識。大家豈不道，眾生無邊誓願度。怎麼道，且不是惠能度。善知識。心中眾生，所謂邪迷心，誑妄心，不善心，嫉妒心，惡毒心。如是等心，盡是眾生。各須自性自度，是名真度。(Đại gia khởi bất đạo: chúng sanh vô biên thệ nguyện độ. Nhẫm ma đạo: Thả bất thị Huệ Năng độ. Thiện tri thức! Tâm trung chúng sanh, sở vị tà mê tâm, cuống vọng tâm, bất thiện tâm, tật đố tâm, ác độc tâm. Như thị đẳng tâm, tận thị chúng sanh. Các tu tự tánh tự độ, thị danh chân độ.) Pháp Bảo Đàn Kinh, phẩm Sám hối.

nguyện sẽ giải thoát hết tất cả những chúng sinh này, giải thoát tâm ta ra khỏi mọi sự bất thiện và không trong sạch.

Thêm một quan niệm khác biệt giữa các trường phái là quan niệm về *Niết-bàn (Nivrana)* và *vô minh (samsara)*. Có trường phái cho rằng *Niết-bàn* là một cái gì nằm bên ngoài tiến trình của thân tâm; có trường phái cho rằng *Niết-bàn* và *vô minh* chỉ là một. Làm sao ta có thể dung hợp hai quan niệm hoàn toàn trái ngược nhau như thế? Một cách để hiểu là bạn hãy hình dung ra một cơn bão, gió xoay vần với một tốc độ khủng khiếp. Ở trung tâm của cơn bão này có một khoảng không gian yên lặng, an tĩnh gọi là *mắt bão*. Đứng trên một phương diện, *mắt bão* hoàn toàn khác biệt với ngọn cuồng phong chung quanh. Mọi vật yên tĩnh, lặng lẽ so với cơn gió lốc đang quay cuồng. Nhưng nếu nhìn từ một phương diện khác, thì ta có thể thấy *mắt bão* và ngọn cuồng phong chỉ là một, chúng chỉ là những phần khác nhau của một cơn bão.

Tương tự như vậy, xét theo một phương diện thì *vô minh* và *Niết-bàn* hoàn toàn khác biệt nhau. Một bên là sự thay đổi, biến chuyển liên tục, còn một bên là yên lặng, an tĩnh. Xét theo một phương diện khác, thì cả hai hợp nhau thành một sự đồng nhất, theo nghĩa đó thì chúng chỉ là một.

Khi ta kinh nghiệm được giáo pháp thì những danh từ sẽ trở nên hết sức rõ ràng. Còn khi nào chúng ta vẫn còn dựa trên một bình diện của lý thuyết, của khái niệm, thì những danh từ dùng bởi những trường phái khác nhau, có vẻ như chỉ về những chân lý khác nhau. Thật ra chúng chỉ là những ngón tay khác nhau, cùng trỏ về một mặt trăng.

Có một đoạn văn trích từ trong một quyển kinh của *Mật tông* Tây Tạng, diễn tả về tâm như là một ngón tay chỉ mặt trăng. Hãy cố gắng kinh nghiệm những lời này thay vì dùng tư tưởng mà suy nghĩ suông:

"Thật ra không có vấn đề thị phi, đa nguyên luận là sai với sự thật. Chỉ khi nào sự thị phi được chuyển hóa và sự bất nhị được ý thức, giác ngộ mới có thể đạt đến. Cả Vô minh và *Niết-bàn* chỉ là một thực thể đồng nhất không phân cách, là tâm của ta. Chấp vào những tin tưởng của trần gian, mà mình có hoàn toàn tự do để chấp nhận hay bác bỏ, ta lang thang trong cõi vô minh. Thế cho nên, tu tập giáo pháp, tự do ra khỏi mọi dính mắc, nắm được cốt tủy của bài học này."

Mặc dù nhất tâm ở đó, nhưng nó không hề hiện hữu. Khi một người đi tìm cái tâm chân thật của mình, họ sẽ khám phá ra rằng nó vô cùng siêu diệu, mặc dù vô hình tướng. Tự tánh của tâm là không che đậy, thanh tịnh, không có cấu tạo, vắng lặng, trong suốt, trống rỗng, bất nhị, bất tận, nguyên chất, không màu sắc, không ngăn ngại, không thể nào được hiểu như là một vật riêng biệt mà là sự đồng nhất của tất cả mọi vật, nhưng không phải được tạo nên bởi những vật khác. Nó vượt lên trên tất cả mọi phân biệt.

Nhất tâm vô cùng vắng lặng và không có một nền móng nào hết. Tâm ta cũng trống rỗng như bầu trời.

Muốn thấu hiểu được điều này, hãy nhìn vào tâm mình. Hiện hữu chỉ là một dòng sống của sự vô thường, cũng giống như không khí trong bầu trời, hình tướng của sự vật chẳng có một khả năng quyến rũ hay trói buộc.

Muốn thấu hiểu được điều này, hãy nhìn vào tâm mình. Mọi hình tướng chỉ là ý niệm của mình, sự tự tưởng tượng của mình, cũng giống như những hình bóng trong gương.

Muốn thấu hiểu được điều này, hãy nhìn vào tâm mình. Chúng tự khởi lên và tự do như mây trên trời, mọi hình tướng bên ngoài sẽ dần dần phai mờ đi và trở về nơi xưa, chốn cũ của chúng.

Muốn thấu hiểu được điều này, hãy nhìn vào tâm mình.

Giáo pháp, chẳng hề giữ lại trong tâm, không có một nơi nào để quán chiếu, trừ ra tâm mình.

Giáo pháp, chẳng hề giữ lại trong tâm, không có một sự thật nào để giữ một lời nguyện.

Giáo pháp, chẳng hề giữ lại trong tâm, không có giáo pháp ở một nơi nào hết, để có thể dựa vào đó mà đi đến giác ngộ.

Tâm của ta trong suốt, không có một đặc tính nào. Vì trống rỗng nên nó được ví như một bầu trời không mây. Một tâm đạt được sự bất nhị đem đến sự giải thoát. Ta cứ nhắc đi, nhắc lại một điều, hãy nhìn vào tâm mình.

Khi giáo pháp được hiểu một cách thông suốt và sâu xa, ta sẽ thấy rõ rằng mọi phương tiện dẫn đến giải thoát đều giống nhau. Tất cả chỉ khuyên ta nên tu tập một tâm không chấp giữ hay bám trụ vào bất cứ việc gì. Không thiên vị. Không phân biệt. Không phê bình. Không bám víu. Không ghét bỏ. Phương pháp tu tập chỉ là một, cho dù nó phát xuất từ nơi Lục tổ Huệ Năng ở Trung Hoa hay từ *Tất-đạt-đa* ở Ấn Độ.

Tipola, một vị thánh Ấn Độ và là người thừa kế dòng thiền Mật Tông Tây Tạng, cũng dạy một pháp tu tâm y hệt như vậy cho đệ tử mình là *Naropa*, gọi là *Đại thủ ấn (Mahamudra)*:

"*Đại thủ ấn* vượt ra ngoài mọi văn tự và hình tướng, nhưng vì ngươi, Naropa, siêng năng và trung thành, ta sẽ dạy cho. Sự vắng lặng không cần một tin cậy nào. *Đại thủ ấn* dựa trên sự rỗng không. Không cần một nỗ lực, chỉ giữ cho mình được thư thái và tự nhiên, ta sẽ bẻ gãy được ách nặng, đạt được sự giác ngộ. Nếu sử dụng tâm, ngươi hãy quán chiếu tâm ấy, tiêu trừ mọi sự phân biệt và đi đến quả Phật.

"Những áng mây lang thang trên bầu trời không có gốc rễ, không có nguồn cội, cũng giống như những tư tưởng trôi nổi trong tâm ta. Khi thấy được tự tánh, sự phân biệt sẽ chấm dứt.

"Trong không gian, có hình tướng và màu sắc, nhưng không gian không bị nhuộm màu trắng hay đen. Từ nơi tự tánh mà vạn vật khởi sinh. Bản chất của tâm không hề bị ô nhiễm.

"Đừng làm gì thân ta cả, hãy thoải mái. Ngậm miệng lại mà giữ im lặng. Làm cho tâm vắng lặng và đừng suy nghĩ gì nữa. Giống như một cây tre rỗng không, hãy để cho thân được nghỉ ngơi. Không cho, không nhận, giữ cho tâm yên nghỉ. *Đại thủ ấn* cũng giống như một tâm không bám víu vào nơi nào. Cứ như vậy mà thực hành rồi một ngày, người sẽ đắc được quả *Bồ-đề*.

"Kẻ nào bỏ được tham dục và không còn bám víu vào chỗ này hay chỗ kia, sẽ nhận thức được ý nghĩa chân thật của lời kinh.

"Vào lúc mới đầu, người hành giả sẽ cảm thấy tâm mình chảy ào ạt như một ngọn thác; vào khoảng giữa nó giống như sông Hằng, chảy lặng lờ, chậm chạp. Vào đoạn cuối nó trở thành một đại dương bao la, nơi mà ánh sáng của Con và Mẹ nhập lại thành Một.

"Kẻ nào bỏ được tham dục và không còn bám víu vào chỗ này hay chỗ kia, sẽ nhận thức được ý nghĩa chân thật của lời kinh".

"Phát triển một tâm không trụ vào đâu cả". Buông bỏ mọi bám víu, buông bỏ những quyến luyến là con đường đi đến giải thoát.

Truyền thống thiền phát triển ở Nhật Bản đã sản sinh ra những áng văn chương tuyệt mỹ, thường thì luôn pha chút dí dỏm. Một câu chuyện thí dụ về sự buông bỏ và không bám víu được diễn tả như sau:

Có một giáo sư đại học đến thăm một vị thiền sư. Ông ta cứ mải mê nói về thiền. Vị thầy rót trà ra mời, đầy chén, nhưng cứ tiếp tục rót mãi. Ông giáo sư thấy thế, bảo vị thầy ngưng rót vì chén đã quá đầy, không còn chỗ để chứa thêm nữa. Vị thầy đáp: "Cũng giống như chén trà này, trong đầu ông bây giờ đã đầy ắp những quan niệm và thành kiến, không còn chỗ cho những cái mới nữa. Nếu muốn kinh nghiệm được chân lý, ông phải biết làm cạn chén trà của mình trước đã."

Nếu chúng ta cứ mê chấp vào quan niệm và thành kiến của mình, ta sẽ không thể nào kinh nghiệm được sự thật. "Không cần phải đi tìm chân lý. Chỉ cần thôi nâng niu những ý kiến của mình". Bằng sự buông bỏ những thành kiến, với tâm vắng lặng ấy, cả giáo pháp sẽ hiển bày. Mỗi người trong chúng ta phải làm cạn chén trà của mình, khiến cho tâm ta không còn vướng mắc vào những ý niệm hay định kiến.

Mỗi biểu hiện của giáo pháp có một vẻ đẹp và sự sáng tỏ khác nhau. Chúng ta rất may mắn không sinh ra trong một nền văn hóa chịu ảnh hưởng của một truyền thống duy nhất. Nếu chúng ta thật sự biết cởi mở để lắng nghe và cảm nhận được tất cả. Chúng đều cũng chỉ về một chân lý, là trực tiếp kinh nghiệm được giáo pháp trong mỗi chúng ta.

Đức Phật có khuyên: "Đừng tin một điều gì vì các ông nghe người khác kể lại, vì truyền thống hay vì các ông tưởng tượng ra. Đừng tin những điều gì các bậc thầy nói, chỉ vì sự kính trọng của các ông đối với những người ấy. Nhưng chỉ tin khi nào chính các ông đã thực nghiệm kỹ lưỡng và thấy rằng nó dẫn đến hạnh phúc, an lạc cho mọi loài."

Hỏi: Tôi hơi bối rối về việc không được có ý kiến. Tôi muốn nói là, sống ở cuộc đời thì dù sao vẫn có biết bao nhiêu việc bắt mình phải chọn lựa...

Đáp: Chúng ta vẫn dùng trí phân biệt và thiên vị khi nào thích hợp, nhưng vẫn hiểu rằng chúng chỉ thuộc bình diện ý niệm chứ không phải là một sự thật tuyệt đối. Sử dụng tiến trình tư tưởng, nhưng đừng dính mắc vào nó. Giống như trong *Chí Tôn Ca, Bhagavad Gita*, có nói: "Hành động nhưng đừng bao giờ chấp vào kết quả của chúng." Tương tự như thế, tâm của ta có thể không bị dính mắc vào sự phân biệt và thiên vị, nhưng vẫn có thể sử dụng chúng để đối phó với cuộc đời.

Hỏi: Còn những hoạt động khác thì sao, như là Yoga, Thái cực quyền, làm đồ gốm, dệt vải hay bất cứ chuyện nào khác, có thể coi như là một phương pháp tu tập được không?

Đáp: Mọi việc đều có thể thực hiện được nếu nó được làm với chánh niệm, với một ý thức sáng tỏ, không ham muốn, không bám víu. Cả thế giới này, với 10 vạn nỗi vui mừng và 10 vạn nỗi sầu khổ, đều có đủ đầy để cho ta kinh nghiệm. Việc làm tự nó không nói lên sự nông cạn hay thâm sâu, nhưng chính là tính chất của tâm khi làm những công việc mới nói lên điều ấy. Một vị thầy Thái cực quyền có thể hoà hợp trọn vẹn với giáo pháp. Một tâm vắng lặng hoàn toàn. Nhưng một người khác có thể tập những cử động y hệt như vậy với một sự vụng về, khẩn trương. Ta có thể đem ra thí dụ biết bao nhiêu hoạt động khác, có khả năng đem lại một tâm hòa hợp trọn vẹn. Biết bao nhiêu việc có thể thực hiện được khi tâm ta được tự do.

Hỏi: Có nơi cho rằng trước hết ta phải đi qua Tiểu thừa (Hinayana), kế đến là Đại thừa (Mahayana) và sau cùng hết là Kim Cang thừa (Vajrayana). Đi từ thừa này sang thừa khác, mỗi cái có những sự việc khác nhau xảy ra.

Đáp: Theo ý nghĩa mà bạn nói đó, Tiểu thừa, Đại thừa và Kim Cang thừa, là những giai đoạn của con đường giác ngộ. Dù bạn có chọn bất cứ một lối tu nào, bạn cũng đều phải trải qua những giai đoạn ấy. Con đường bạn theo có thể là truyền thống Miến Điện, Nhật Bản hay Tây Tạng, và trên mỗi con đường, bạn đều phải đi qua những giai đoạn *Hinayana, Mahayana* và *Vajrayana.* Sự nhầm lẫn phát xuất vì các danh từ ấy cũng có liên hệ đến những truyền thống lịch sử khác nhau. Người ta nhận lầm những giai đoạn trên đường tu với những cách diễn tả lịch sử và văn hóa khác nhau của giáo pháp. Vì lý do này nên những ý niệm về các thừa ấy, có lẽ cũng không ích lợi gì. Có nhiều giai đoạn khác nhau trên con đường tu tập. Chúng phải được kinh nghiệm. Đặt tên cho chúng chẳng ích lợi gì, mà đôi khi còn đưa đến một sự hiểu lầm. Có sao thì thấy vậy. Nó là một sự phô bày của giáo pháp trong tâm ta. Chúng ta trải qua biết bao nhiêu kinh nghiệm. Kinh nghiệm, chứ không phải là khái niệm hay danh xưng, mới là điều tối quan trọng.

Hỏi: Có nhiều truyền thống thiền khác nhau ở những quốc gia khác nhau. Phải chăng chúng cũng chỉ là những lối tiến khác nhau trên con đường tu mà thôi?

Đáp: Chánh niệm có thể được áp dụng vào bất cứ một đối tượng nào. Bạn có thể áp dụng chánh niệm trên tư tưởng, trên thân thể, vào những đối tượng ngoài thân, vào những đối tượng trong thân, vào tất cả hay một số đối tượng chọn lọc nào đó. Những kỹ thuật và phương thức khác nhau là những phương tiện khác nhau để phát triển chánh niệm. Yếu tố tỉnh thức là cốt tủy của mọi sự thực hành. Từ tâm quân bình đó mà giác ngộ phát sinh. Mọi hiện tượng đều vô thường, cho nên trí tuệ có thể được khai triển trên bất cứ một đề mục nào. Bạn có thể giác ngộ giữa một dòng tư tưởng, giữa một cơn đau, trong khi ăn, trong khi đang đi, bất cứ lúc nào, bởi vì nó phát sinh từ một tâm quân bình, chứ không phải từ sự bám víu vào một đề mục đặc biệt nào.

Hỏi: Có nhiều vị thầy nói về sự nguy hiểm của vấn đề thần thông trong sự tu tập. Điều này có nghĩa gì?

Đáp: Năng lực của tâm có thể được phát triển. Nó không phải là trí tuệ. Năng lực và trí tuệ là hai chuyện hoàn toàn khác nhau. Có thể là nguy hiểm nếu ta phát triển thần thông trước khi đạt đến một trình độ giác ngộ nào đó. Vì chúng sẽ củng cố thêm *cái tôi*, và đôi khi ta có thể lạm dụng chúng. Thần thông có thể trở thành một phương tiện khéo léo nếu ta có căn bản đạo đức và hiểu biết vững vàng. Nhưng việc phát triển những năng lực này hoàn toàn không cần thiết. Có những bậc giác ngộ mà không có chút thần thông nào, và cũng có rất nhiều người có thần thông mà chẳng có giác ngộ. Tuy nhiên cũng có một số người có được cả hai.

Hỏi: Trong kinh Pháp Cú, đức Phật thường hay nhắc đến quả vị A-la-hán. Đây có phải là một trạng thái giác ngộ hay không?

Đáp: Đúng vậy, đây chính là một sự tiêu diệt hoàn toàn *tham, sân, si* trong tâm, nhờ vào kết quả của một kinh nghiệm *Niết-bàn*. Kinh nghiệm *Niết-bàn* đầu tiên, một thoáng nhìn được chân lý tuyệt đối sẽ tẩy rửa đi được một số tâm bất thiện, tuy một số vẫn còn ở lại. Và khi ta tiếp tục tu tập, thêm một số tâm bất thiện nữa sẽ bị nhổ bỏ. Một vị *A-la-hán* là một người mà mọi điều bất thiện trong tâm đều đã bị loại trừ. Cũng giống như vậy, quan niệm thành Phật trong kiếp này có nghĩa là tự do, không còn bị *tham, sân, si* chi phối nữa. Kinh nghiệm được chân lý thì sự đồng nhất của giáo pháp sẽ được hiểu rõ ràng. Phát triển một tâm không bám víu vào đâu cả. Đây là cốt tủy của mọi sự tu tập. Điều này sẽ trở nên vô cùng giản dị khi ta bắt đầu thực hành.

Hỏi: Ta cần những gì để phát triển một trí tuệ thâm sâu? Điều đó có đòi hỏi một cái gì phi thường không?

Đáp: Chỉ có một đòi hỏi mà thôi, đó là *ý thức được những gì đang xảy ra trong giờ phút hiện tại*. Nếu chúng ta còn bất cứ một ý niệm nào về những gì đáng lẽ nên xảy ra, ta không thật sự kinh nghiệm được hiện tại. Phương thức thực hiện là duy trì chánh niệm đối với mọi trạng thái thay đổi của thân và tâm mà không đem lòng ưa thích hay ghét bỏ, không nhận nó là mình. Như thế là trọn con đường đi, từ đầu cho đến cuối. Rồi mọi việc sẽ tự nó phô bày. Người ta thường không tin rằng sự tu tập lại giản dị đến như vậy. Thường thường ta hay có một ý muốn làm cho nó phức tạp hơn, nghĩ rằng mình phải kinh nghiệm một số trạng thái xuất thần nào đó mới đúng. Thật ra, ta chỉ cần ngồi lại trong chánh niệm và trở thành một với dòng sông thực tại. Hãy giữ sự giản dị và thư thái.

Hỏi: Tôi tưởng rằng có những lối tu chú trọng về sự phục vụ người khác hơn là lo việc giải thoát cho mình trước?

Đáp: Mọi con đường đều xoay quanh vấn đề là làm sao nhìn thấy được sự giả tạo của *cái tôi*. Một biểu hiện tự nhiên và cơ bản của giáo pháp là lòng *từ bi*, giúp đỡ lo lắng cho người khác. Điều này không có liên quan gì đến các thừa hay con đường tu tập đã chọn, hay một sự phát nguyện. Đó chỉ là sự biểu lộ tự nhiên của trí tuệ. Khi chúng ta không còn bám víu vào ý niệm đây là "*tôi*", còn kia là "*người khác*", ta sẽ bắt đầu kinh nghiệm được sự đồng nhất của muôn loài, và từ sự hiểu biết này phát sinh lòng *từ bi*, sự phục vụ.

Hỏi: Khi chúng ta bắt đầu thực hành, sự thắc mắc về các thừa, về những hướng tu tập khác nhau có mất đi hay không?

Đáp: Tôi có một người bạn là thi sĩ *Tom Savage*. Anh ta có làm một bài thơ kết thúc bằng những dòng như sau:

Xe lớn hay xe nhỏ,
Cũng chẳng khác biệt gì!
Chúng cũng bị kéo đi,
Tiền, chủ nhân phải trả.

Buổi sáng thứ ba mươi

Kết thúc

> Bạn không thể ở mãi trên đỉnh núi cao. Rồi bạn cũng phải đi xuống, vậy sao phải bận tâm leo lên? Đó là vì, ở trên cao ta có thể biết được những gì bên dưới, nhưng ở dưới thấp thì không bao giờ biết được cái gì ở trên cao.
>
> Ta leo lên, ta chứng kiến; khi trở xuống ta không còn thấy nữa, nhưng ta đã được thấy. Đem những gì đã được thấy khi còn ở trên cao áp dụng vào đời sống dưới thấp là cả một nghệ thuật. Khi không còn thấy, ít nhất ta vẫn còn biết.
>
> *Mount Analogue*

Câu hỏi bây giờ là: làm sao để phối hợp sự hành thiền tích cực vào đời sống hằng ngày? Câu trả lời rất giản dị: Hãy giữ chánh niệm. Mặc dù chung quanh có rất nhiều điều làm ta phân tâm, những giác quan ta có trăm ngàn đối tượng, nhưng nếu ta không có sự ưa thích, không có sự ghét bỏ, không có sự mong mỏi nào, thì tâm ta sẽ vẫn giữ được sự an tĩnh và quân bình. Chánh niệm là thành trì bảo vệ kiên cố nhất.

Có những cách giúp ta duy trì được sự quân bình và an tĩnh trong tâm. Quan trọng nhất là ngồi thiền thường xuyên mỗi ngày. Ngồi mỗi ngày hai lần trong vòng một tiếng đồng hồ, hay lâu hơn, sẽ duy trì định lực và chánh niệm mà ta đã bỏ công vun trồng trong một tháng qua.

Ngay sau khi kết thúc một khóa thiền tích cực nhiều ngày như thế này, bạn có thể sẽ cảm thấy rằng ngồi một hay hai tiếng mỗi ngày chẳng khó khăn gì, nhưng khi bạn trở về với công việc làm ăn thường ngày, việc ấy sẽ không dễ dàng như bạn tưởng. Nó đòi hỏi một tinh thần kỷ luật và sự tinh tấn. Hãy cố gắng giữ cho việc ngồi thiền được ưu tiên nhất trong ngày. Mỗi ngày, hãy sắp đặt những sinh hoạt khác chung quanh giờ ngồi thiền của bạn, thay vì ép nó vào giữa hai công việc cần làm nào đó. Bạn sẽ bắt đầu kinh nghiệm được việc ngồi thiền mỗi ngày có ảnh hưởng rất lớn đến cuộc sống.

Nếu bạn có thể sắp xếp một thời gian nhất định trong ngày để ngồi thiền sao cho không bị quấy rầy, điều đó sẽ giúp ích rất nhiều. Nếu bạn có được thói quen ngồi thiền vào một giờ nhất định, bạn sẽ ít bỏ lỡ hơn. Thời gian tốt nhất là khi vừa thức dậy, dùng việc ngồi thiền để chuẩn bị cho một ngày chánh niệm; và một giờ ngồi thiền vào buổi tối để thân tâm ta được nghỉ ngơi, tươi mát trở lại. Nhưng cũng có thể vào bất cứ lúc nào thuận tiện cho bạn. Hãy thực nghiệm. Điều quan trọng là giữ cho sự thực hành được liên tục. Việc ngồi thiền đều đặn mỗi ngày có một giá trị vô cùng.

Còn một số việc khác bạn có thể làm để phối hợp sự tu tập vào đời sống hằng ngày. Hãy giữ chánh niệm trong một số việc hằng ngày của bạn, chẳng hạn như khi ăn. Cố gắng ít nhất ăn một buổi cơm trong im lặng mỗi ngày. Đây sẽ là thời gian để ta thực tập sống có ý thức, có chánh niệm, và làm sống dậy những khuynh hướng tốt trong tâm mà ta đã vun trồng trong khóa tu một tháng này.

Bằng sự thực tập chánh niệm một cách thường xuyên, bạn làm giảm đi những thói quen xấu đã tích tụ lâu ngày.

Trong cuộc sống hằng ngày ta thường đi bộ rất nhiều. Hãy vận dụng thời gian này để hành thiền. Khi đi, bạn không cần phải bước thật chậm và niệm *"dở lên, bước tới, đặt xuống"*, chỉ trừ khi nào thật thuận tiện. Bạn chỉ cần chú ý đến cử động của toàn thân, hay cảm giác sự đụng chạm của mỗi bước chân. Một lần nữa, hãy thực nghiệm.

Trong ngày, nếu có những lúc căng thẳng hay mệt mỏi, hãy nhớ đến hơi thở. Cứ mở mắt, đừng cố ý phô trương là mình đang tập thiền. Chú ý đến sự phồng xẹp ở bụng hay hơi thở ra vào, dù chỉ trong một vài phút. Tâm ta sẽ trở lại an tĩnh và thư thái.

Sau một thời gian, bạn sẽ thấy rằng chánh niệm bắt đầu có mặt trong bất cứ việc làm nào. Giáo pháp là một cuộc sống trọn vẹn. Không phải chỉ có những khi ngồi thiền hay các khóa tu tập tích cực mới là thực hành giáo pháp. Giáo pháp có mặt trong tất cả và chúng ta phải biết sống hòa hợp với sự hiểu biết đó.

Hạt giống trí tuệ và từ bi mà ta vun trồng có một sức mạnh rất lớn. Chúng sẽ kết quả một cách biến thiên và bất ngờ. Những khi bạn cảm thấy đang bị lôi cuốn, vướng víu vào những rối ren của cuộc sống, sẽ có một ý thức chánh niệm tự nhiên khởi lên. Ánh sáng của chánh niệm ấy sẽ giúp bạn tự thấy được chính mình và cả tấn tuồng đời đang diễn ra chung quanh. Hãy giữ sự giản dị và thoải mái. Với một tâm tĩnh lặng và an lạc, giáo pháp sẽ tự nhiên phô bày.

Có những điều suy nghiệm có thể giúp ta thêm tinh tấn, cố gắng sống trong giây phút hiện tại. Thứ nhất là suy nghiệm về sự thật vô thường. Hãy nhớ đến cái chết không thể tránh khỏi, và tự tánh thay đổi của mọi hiện tượng trong từng giây, từng phút. Giữ ý thức về dòng biến chuyển, về sự thật là mọi vật đều đang ở trong một trạng thái biến đổi không ngừng, tâm ta sẽ được an ổn và quân bình trong mọi hoàn cảnh. Bạn sẽ bớt đi khuynh hướng tự xét đoán mình và phê bình kẻ khác, không còn những thành kiến phân loại người khác và hoàn cảnh chung quanh. Bạn sẽ kinh nghiệm được một lối sống mới, cởi mở và trống không hơn, phản ứng một cách tự nhiên và hiệu quả hơn trong hiện tại mà không cần phải vác theo gánh nặng của thành kiến, khái niệm từ quá khứ.

Suy nghiệm thứ hai là về lòng từ bi. Khi bạn ứng xử với cha mẹ, bạn bè hay người lạ, hãy nhớ rằng trên một bình diện sâu xa không có *"tôi"* và *"anh"*, không có *chúng ta* và *"họ"*; tất cả chỉ là một thực thể trống rỗng. Từ sự trống rỗng này, phát tỏa tình thương đối với muôn loài. Nhiều yếu tố khổ đau trong sự liên hệ tình cảm của ta đối với người khác sẽ rơi rụng, khi ta thực tập phát triển lòng từ bi trong cuộc sống.

Đức Phật có đưa ra một hình ảnh để thí dụ về sự cởi mở, nhân ái có thể giữ cho ta được an lạc và quân bình. Nếu bạn bỏ một muỗng muối vào trong ly nước, nước trong ly sẽ có vị mặn. Nhưng nếu bạn bỏ bấy nhiêu muối, hay nhiều hơn thế nữa, vào một hồ nước lớn, vị của nước vẫn không thay đổi. Tương tự như vậy, khi tâm ta hẹp hòi và cố chấp, bất cứ một sự đụng chạm nào cũng đều có ảnh hưởng xáo trộn mạnh mẽ. Khi tâm ta có một khoảng không gian thênh thang thì những đụng chạm tiêu cực gấp mấy lần thế cũng không gây ảnh hưởng. Từ bi là một đức tính nhu thuận và rộng khắp mà ta luôn có thể ban bố trong cuộc sống.

Sự suy nghiệm thứ ba là đức khiêm tốn, hay là sự vô hình. Bạn không cần phải vỗ ngực xưng mình là ông hay bà *"thiền sĩ"*, là một nhân vật quan trọng. Trang tử có viết:

"Thế cho nên bậc chân nhân làm việc không gây thiệt hại cho ai, mà cũng không ân huệ cho ai. Không động vì lợi mà cũng không coi người canh cửa là hèn. Không vì tiền của mà tranh, cũng không lấy sự nhún nhường làm quý. Công việc không nhờ vả vào ai, mà cũng không lấy việc tự lập làm quý, không khinh kẻ tham lam. Đức hạnh khác người thế tục, nhưng chẳng chuộng sự khác lạ. Không hùa theo đám đông mà cũng không khinh người xiểm nịnh. Tước lộc của đời không đủ để khuyến khích, hình phạt chẳng đủ để sỉ nhục. Họ biết phải trái không có chỗ phân được, lợi nhỏ không có chỗ định được. Cổ nhân có nói: "Người có đạo thì lặng lẽ, bậc chí đức thì không mong gì cả, còn người đại nhân thì không có mình: họ đã hợp tất cả làm một."

Bạn sẽ khám phá ra rằng càng vô hình chừng nào, cuộc sống lại càng giản dị và thư thái chừng ấy. Một lần nữa, tôi lấy từ Trang Tử:

"Một người đi thuyền qua sông. Một chiếc thuyền không người lái từ đâu trôi đến, đụng vào mạn thuyền của ông. Cho dù có là người nóng tính đến đâu, ông cũng sẽ không giận. Nhưng nếu thấy bên thuyền kia có người, ông sẽ hét lên, bảo người kia bẻ lái. Nếu không nghe, ông sẽ tiếp tục la hét, chửi mắng, nóng giận. Tất cả chỉ khác nhau ở chỗ thuyền bên kia có người. Nếu là một chiếc thuyền không thì chắc chắn sẽ không có sự nóng giận, la mắng.

"Nếu biết đem cái lòng trống không mà đối xử với đời thì ai mà ngăn trở mình, ai lại muốn làm hại mình?"

Hãy làm một chiếc thuyền không, băng qua dòng sông cuộc đời bằng sự cởi mở, trống không và thương yêu, "thì ai mà ngăn trở mình, ai lại muốn làm hại mình?"

Có nhiều người hỏi tôi, làm sao để nói cho người khác nghe về giáo pháp. Một đức tính vô cùng quan trọng trong việc trao đổi ý kiến là phải biết lắng nghe, biết thông cảm với hoàn cảnh và với người khác. Bằng một tâm thinh lặng, khi chúng ta thật sự biết chú ý, một phương tiện truyền thông thích hợp sẽ trở thành rõ rệt. Đừng chấp chặt vào một khái niệm đặc biệt nào của giáo pháp, hay là giữ bất cứ một thiên kiến nào. Đừng dựa vào một nơi nào. Đôi khi ta chỉ cần một cuộc đối thoại tầm thường, trao đổi giản dị và thoải mái. Học cách lắng nghe là một nghệ thuật rất cao. Hãy giữ sự cởi mở và chấp nhận kẻ khác. Một thái độ vô ngã và chịu tiếp nhận có thể đem lại cho ta một tầm hiểu biết và chia sẻ rộng rãi.

Theo nghĩa đen thì danh từ *Vipassana* có nghĩa là nhìn

thấy sự vật một cách rõ ràng, không phải chỉ có tiến trình của thân tâm, mặc dù đây là điều căn bản, mà là thấy mọi sự cho thật sáng suốt, những người chung quanh, mối quan hệ, hoàn cảnh. Đạo ở đây là sống một cuộc sống không tham, không sân, không si; sống với chánh niệm, với tỉnh thức cùng với một sự an lạc và tình thương. Tự thân chúng ta là một chân lý đang phô bày, và một tháng tu học, hay là cả một đời người, chỉ là sự bắt đầu của một nhiệm vụ to tát: thực hiện sự tự giác.

Đại trí thì bao trùm, tiểu trí thì giới hạn; lời lẽ hay đẹp thì khích lệ, lời lẽ vụn vặt thì tầm phào... Khi chúng ta tỉnh thức, các giác quan rộng mở. Ta bị lôi cuốn vào sự sinh hoạt và thân tâm ta phân tán. Đôi khi ta ngập ngừng, đôi khi ta lén lút, đôi khi ta bí mật. Nỗi sợ nhỏ gây nên sự ưu tư, nỗi sợ lớn gây nên sự kinh hoảng. Lời của ta phóng ra như những mũi tên, như là mình có thể biết đâu là phải, đâu là quấy. Ta bám víu vào quan niệm của mình, như thể là mọi sự đều tùy thuộc vào đấy. Nhưng rồi ý kiến của ta cũng không thường hằng, như mùa thu, mùa đông... chúng từ từ qua đi.

Ta bị mắc kẹt giữa dòng nước cuốn và không thể trở về. Ta bị cột nút lại như một ống nước cũ bị nghẹt cứng; ta đang đi gần đến cái chết mà không có cách nào thu hồi lại tuổi trẻ của mình. Vui mừng và giận dữ, sầu khổ và hạnh phúc, hy vọng và sợ hãi, bất lực và sức khỏe, khiêm nhường và cương quyết, như những tiếng nhạc trổi lên từ thân rỗng của ống sậy, hay những thân nấm mọc lên từ vùng đất ẩm đen, luôn xuất hiện trước mắt ta ngày đêm. Nào ai biết chúng từ đâu đến? Nhưng đừng lo! Cứ để mặc chúng! Làm sao ta có thể hiểu hết tất cả chỉ vỏn vẹn trong một ngày?

MỤC LỤC

Lời thưa

Trong kinh Pháp Cú, đức Phật dạy rằng: "Pháp thí thắng mọi thí." Thực hành Pháp thí là chia sẻ, truyền rộng lời Phật dạy đến với mọi người. Mỗi người Phật tử đều có thể tùy theo khả năng để thực hành Pháp thí bằng những cách thức như sau:

1. Cố gắng học hiểu và thực hành những lời Phật dạy. Tự mình học hiểu càng sâu rộng thì việc chia sẻ, bố thí Pháp càng có hiệu quả lớn lao hơn. Nên nhớ rằng **việc đọc sách còn quan trọng hơn cả việc mua sách.**

2. Phải trân quý kinh điển, sách vở in ấn lời Phật dạy. Khi có điều kiện thì mua, thỉnh về nhà để tự mình và người trong gia đình đều có điều kiện học hỏi làm theo. Không nên giữ làm của riêng mà phải sẵn lòng chia sẻ, truyền rộng, khuyến khích nhiều người khác cùng đọc và học theo. Không nên để kinh sách nằm yên đóng bụi trên kệ sách, vì **kinh sách không có người đọc thì không thể mang lại lợi ích.**

3. Tùy theo khả năng mà đóng góp tài vật, công sức để hỗ trợ cho những người làm công việc biên soạn, dịch thuật, in ấn, lưu hành kinh sách, **để ngày càng có thêm nhiều kinh sách quý được in ấn, lưu hành.**

Thông thường, việc chi tiêu một số tiền nhỏ không thể mang lại lợi ích lớn, nhưng nếu sử dụng vào việc giúp lưu hành kinh sách thì lợi ích sẽ lớn lao không thể suy lường. Đó là vì đã giúp cho nhiều người có thể hiểu và làm theo lời Phật dạy. Mong sao quý Phật tử khắp nơi đều lưu tâm đóng góp sức mình vào những việc như trên.

TINH YẾU THỰC HÀNH PHÁP THÍ

- *Mua thỉnh kinh sách về đọc, tự mình sẽ được rất nhiều lợi ích.*

- *Chia sẻ, truyền rộng bằng cách cho mượn, biếu tặng kinh sách đến nhiều người thì lợi ích ấy càng tăng thêm gấp nhiều lần.*

- *Đóng góp công sức, tài vật để hỗ trợ công việc biên soạn, dịch thuật, giảng giải, in ấn, lưu hành kinh sách thì công đức lớn lao không thể suy lường, vì có vô số người sẽ được lợi ích từ việc lưu hành kinh sách.*